HOA NHẪN NHỤC

HOA NHẪN NHỤC

NGUYÊN MINH

NGUYÊN MINH

TỦ SÁCH RỘNG MỞ TÂM HỒN

HOA NHẪN NHỤC

NHÀ XUẤT BẢN LIÊN PHẬT HỘI
UNITED BUDDHIST PUBLISHER (UBP)

LỜI NÓI ĐẦU

Cuộc sống quanh ta luôn có biết bao điều trái ý. Trong đời sống vật chất cũng như tinh thần, mỗi một sự việc xảy đến cho ta đều phụ thuộc vào vô số những nguyên nhân đến từ bên ngoài, và rất nhiều trong số những nguyên nhân ấy lại chẳng bao giờ nằm trong tầm kiểm soát của chúng ta. Vì thế, chúng ta không bao giờ có thể nói chắc được rằng một sự việc nào đó rồi có diễn ra theo đúng ý muốn của mình hay không. Hơn thế nữa, khả năng bất như ý lại dường như luôn chiếm một tỷ lệ lớn hơn nhiều so với những trường hợp xuôi chèo mát mái.

Nhưng có một vấn đề mà có lẽ chúng ta ai cũng phải thừa nhận là, trong hầu hết các trường hợp trái ý thì những thương tổn về mặt vật chất đối với ta thường không quan trọng bằng sự tổn thương về mặt tinh thần, tình cảm. Khi bạn hỏng thi vào đại học chẳng hạn, vấn đề quan trọng hơn đối với bạn không phải là việc phải mất thêm một năm học lại, mà chính là những áp lực tâm lý nặng nề trước sự thất vọng của gia đình và những mặc cảm thua kém bè bạn. Chính những trạng thái tinh thần tiêu cực này mới là nguyên nhân chính yếu dẫn đến sự khổ đau, dằn vặt trong những trường hợp trái ý mà chúng ta gặp phải. Và cũng chính những hệ quả tinh thần này mới tồn tại lâu dài, đeo bám chúng ta một cách dai dẳng, ngay cả khi mọi hệ quả về mặt vật chất có thể đã được giải quyết xong.

Hầu hết những quy luật tự nhiên quanh ta cũng diễn ra theo hướng ngược lại với lòng mong muốn. Không ai muốn chết đi, nhưng rồi mọi người đều phải chết. Ai cũng muốn được mãi mãi trẻ đẹp, tráng kiện, nhưng rồi mọi người ai cũng phải già yếu đi. Ai cũng muốn được khỏe mạnh, nhưng rồi mọi người không ai thoát khỏi bệnh tật. Không ai muốn bị chia cách vĩnh viễn với những người thân yêu, nhưng rồi theo thời gian những người thân quanh ta cứ lần lượt ra đi mãi mãi... Tất cả những điều ấy đều là nguyên nhân dẫn đến những tâm trạng khổ đau trong đời sống.

Đạo Phật nhìn nhận sự thật này ở một tầm vóc lớn lao và toàn diện hơn nhiều so với những gì mà chúng ta thường gặp phải và nhận biết trong từng giai đoạn của đời sống. Mỗi người chúng ta thường chỉ nhận biết được một số những khía cạnh nhất định nào đó mà chúng ta cho là khổ đau, và vẫn không ngừng đắm say trong vô số những niềm vui nhỏ nhặt, những sự đam mê không tồn tại dài lâu mà chúng ta lại cho là ý nghĩa của đời sống... Nhưng từ xa xưa đức Phật đã nhìn thấy rõ bản chất thực sự của đời sống vốn hoàn toàn không giống như hầu hết chúng ta lầm tưởng. Ngài dạy rằng: Toàn bộ đời sống của chúng ta, hay nói rộng hơn là toàn bộ đời sống của mọi chúng sinh trong cõi thế giới mà ta đang sống, đều được cấu thành bởi vô số sự chịu đựng những điều bất như ý, những nguyên nhân dẫn đến khổ đau.

Và vì thế, đức Phật đã gọi tên thế giới này là thế giới Ta-bà. Danh từ này được phiên âm từ tiếng Phạn Sahā, có nghĩa là "kham nhẫn", và được người Trung Hoa dịch là Nhẫn độ: thế giới của sự nhẫn chịu.

Mặc dù vậy, cách nhìn nhận này hoàn toàn không mang ý nghĩa bi quan, cam chịu như nhiều người thường lầm tưởng. Đây chỉ là một cách nhìn nhận khách quan và thực tiễn, chỉ ra một sự thật mà không ai có thể phủ nhận được. Và tự thân của một nhận thức như vậy không thể hàm chứa ý nghĩa bi quan hay lạc quan. Vấn đề là chúng ta chọn cách ứng xử, đối phó với hoàn cảnh theo cách như thế nào, điều đó mới nói lên ý nghĩa tích cực hay tiêu cực trong quan điểm sống của mỗi người. Và một trong những phương pháp đối trị tích cực với những khổ đau trong đời sống này đã được đức Phật chỉ dạy từ cách đây hơn 25 thế kỷ chính là việc tu tập, thực hành hạnh nhẫn nhục.

Nói đến nhẫn nhục, nhiều người thường nghĩ ngay đến thái độ chịu đựng, chấp nhận một tình huống trái ý nào đó mà không phản kháng, hoặc thậm chí là không tránh né. Một số người khác hiểu nhẫn nhục một cách nôm na là nhịn nhục, chấp nhận bỏ qua những sự xúc phạm hoặc khiêu khích của người khác đối với mình mà không phản ứng đáp trả hoặc bực tức. Những cách hiểu như vậy thật ra cũng không hoàn toàn là sai trái, và trong rất nhiều trường hợp cũng có thể được xem là cách chọn lựa sáng suốt trong ứng xử, giúp chúng ta tránh được nhiều sự tranh chấp, đối đầu không cần thiết. Tuy nhiên, như đã nói, khái niệm nhẫn nhục vốn là một thuật ngữ xuất phát từ kinh điển Phật giáo, và do đó nó mang một số những nét nghĩa đặc biệt rộng hơn nhiều so với khi được dùng trong ngôn ngữ thông thường. Và thật ra, chỉ khi được hiểu đúng và đầy đủ như trong tinh thần Phật giáo thì nhẫn nhục mới thực sự là một phẩm chất tích cực, một đức tính cao cả, và mới có thể phát huy tối đa những công năng chuyển hóa và hàn gắn mọi khổ đau trong đời sống.

Chúng ta không có một danh từ tiếng Việt nào tương đương để có thể diễn đạt được trọn vẹn ý nghĩa của danh từ Kṣānti (Sàn-đề) trong tiếng Phạn (Sanskrit). Các nhà dịch kinh Trung Hoa xưa kia đã dùng hai chữ 忍辱 (nhẫn nhục) để chuyển dịch, nhưng đồng thời họ cũng phải giảng giải mở rộng thêm ý nghĩa của danh từ này hơn nhiều so với cách hiểu thông thường. Do có sự lúng túng này, đôi khi họ cũng thay bằng những danh từ khác như 安忍 (an nhẫn), 忍耐 (nhẫn nại), hoặc trong nhiều trường hợp khác chỉ dùng riêng một chữ 忍 (nhẫn) mà thôi. Người Việt chúng ta đã mượn trực tiếp danh từ 忍辱 từ chữ Hán và đọc theo âm Hán-Việt là nhẫn nhục. Danh từ này đã trở thành quen thuộc với hầu hết người Việt, nhưng điều đó không có nghĩa là ai cũng có thể hiểu được nó theo đúng ý nghĩa được dùng khi muốn diễn đạt khái niệm Kṣānti trong tiếng Phạn. Thông thường, nhẫn được hiểu là nhịn, và cách hiểu như vậy là rất giới hạn nếu không muốn nói là quá hẹp.

Nhưng chúng ta sẽ tạm dừng ở đây mà không đi sâu vào sự rối rắm của từ ngữ, vì xét cho cùng thì tất cả mọi khái niệm cũng đều có những giới hạn nhất định của nó. Vấn đề mà chúng ta sẽ bàn đến trong tập sách này là những cách hiểu và thực hành đúng đắn hạnh nhẫn nhục theo lời Phật dạy. Có thể sẽ có những khác biệt nhất định so với cách hiểu thông thường của đa số chúng ta trong đời thường, nhưng tôi tin rằng những khác biệt ấy là cần thiết phải nêu ra để có thể đạt đến những lợi ích thiết thực và lớn lao trong sự thực hành.

Tên gọi bao giờ cũng chỉ là tên gọi, và vì thế đó không phải là điều chúng ta cần chú ý. Vấn đề quan trọng nhất bao giờ cũng chính là những kết quả có được từ sự hiểu biết và thực hành. Mọi sự thuyết giảng, lý giải, cho dù có tỏ ra uyên bác đến đâu, cầu kỳ hoa mỹ đến đâu, nhưng nếu không giúp gì được cho sự thực hành trong cuộc sống thì chắc chắn cũng không thể mang lại chút lợi ích thực tiễn nào. Điều đó cũng tương tự như những bông hoa bằng vải hoặc bằng nhựa được bày bán rất hấp dẫn trong các cửa hàng. Chúng chỉ có thể để dùng vào mục đích trang trí, chưng bày, và cho dù bạn có cất công chờ đợi bao lâu đi chăng nữa cũng chẳng bao giờ có thể nhìn thấy chúng kết quả, tạo hạt!

Những bông hoa quý giá và thực sự có ích là những bông hoa có thể tỏa hương thơm, phô bày vẻ đẹp, nhưng đồng thời cũng có thể kết quả, tạo hạt, nghĩa là mang đến cho chúng ta những lợi ích thiết thực và lớn lao. Hạnh nhẫn nhục mà tôi muốn trình bày với bạn đọc trong tập sách này là một bông hoa như thế, với tất cả những vẻ đẹp tinh thần cao quý có khả năng cảm phục và chuyển hóa mọi người quanh ta, với tất cả những hương thơm đức hạnh mà bất cứ ai khi tiếp xúc cũng đều phải mến mộ, kính ngưỡng, và với tất cả hạt giống lành được kết tụ sẽ luôn mang lại cho chúng ta vô số những lợi ích lớn lao trong đời sống hôm nay và mai sau. Vì tất cả những phẩm chất cao cả và tốt đẹp ấy nên tôi muốn gọi tên đó là hoa nhẫn nhục.

Những gì được trình bày sau đây ngoài những gì được ghi chép trong kinh điển còn có cả phần mô tả chủ quan từ cảm nhận của người viết khi ngắm nhìn đóa hoa nhẫn nhục trong đời sống. Và như đã nói, người viết chỉ quan tâm đến những gì thực sự mang lại lợi ích thiết thực cho đời sống, nên mọi ý tưởng dù cao siêu, sâu sắc đến đâu cũng cần phải diễn đạt theo cách sao cho mọi người đều có thể tiếp nhận được. Một sự cố gắng như thế không phải là việc dễ dàng, và chắc chắn không thể tránh khỏi ít nhiều sự sai sót, lệch lạc. Mong rằng độc giả sẽ có thể xem những gì trình bày trong sách này như một sự chia sẻ, trao đổi kinh nghiệm sống hơn là một sự tỏ bày quan điểm hay thuyết giảng giáo lý. Vì thế, mọi ý kiến đóng góp, xây dựng đều sẽ được người viết hoan nghênh và đón nhận với lòng biết ơn sâu sắc nhất.

Trong vườn hoa đức hạnh, chúng ta đã nghe biết nhiều đến những loài hoa quý như hoa từ bi, hoa trí tuệ... Thật ra, những phẩm chất cao quý ấy cũng có thể được nhận biết trong loài hoa nhẫn nhục mà chúng ta sẽ chiêm ngưỡng hôm nay. Vì thế, một khi ta chịu bỏ công vun xới, gieo trồng một trong các loài hoa quý, chúng ta sẽ có thể thông qua đó mà nhận biết được phẩm chất của những loài hoa khác. Mong sao mỗi người trong chúng ta đều tự mình gieo trồng và chiêm ngưỡng, nâng niu những loài hoa quý ấy để có thể cảm nhận được phẩm chất tuyệt vời mà không một loài hoa thế gian nào có được, như sự mô tả của kệ ngôn số 54 trong kinh Pháp cú:

Hương các loại hoa thơm,
Không ngược bay chiều gió.
Chỉ hương người đức hạnh,
Ngược gió khắp tung bay.

Hương thơm đức hạnh là loại hương thơm duy nhất có thể ngược bay chiều gió, lan tỏa khắp quanh ta; và cũng là loại hương thơm duy hhất không chỉ mang đến sự thỏa mãn cho khứu giác mà còn đem lại sự an vui, hạnh phúc cho bản thân ta cũng như tất cả mọi người. Và một trong những phương cách để được tận hưởng loại hương thơm nhiệm mầu kỳ diệu ấy là chúng ta hãy sớm cùng nhau gieo trồng trong tâm mình loài hoa nhẫn nhục.

Nhưng trước hết, ngay bây giờ đây, với tất cả sự trân trọng, thành kính và thân thiết, xin mời bạn đọc hãy cùng tôi bước vào khu vườn nhỏ để chiêm ngưỡng loài hoa ấy: loài hoa mang tên Hoa nhẫn nhục!

Mùa Phật đản 2551 (2007)

Trân trọng,

Nguyên Minh

Một câu nhịn, chín câu lành...

Theo cách hiểu thông thường của đa số chúng ta, nhẫn nhục có nghĩa là nhịn nhục, chịu đựng. Tiêu biểu nhất là tinh thần nhẫn nhục này khi đi vào dân gian đã được người xưa thể hiện qua câu tục ngữ: "*Một câu nhịn, chín câu lành.*" Trong mọi sự mâu thuẫn, xích mích với người khác, biết nhịn nhục là điều tốt nhất, vì nó sẽ mang đến mọi sự an ổn thay vì là hiềm khích, tranh chấp.

Cách hiểu này có thể giúp ta có được một quan điểm sống ôn hòa hơn, khuyến khích mọi người cùng cố gắng duy trì sự đoàn kết và hòa khí trong cộng đồng. Tuy nhiên, dù sao ta cũng có thể thấy ngay là ở đây chỉ nêu lên một cách rất chung chung. Trong thực tế, lắm khi có những trường hợp mà không phải sự nhịn nhục, chịu đựng hay thối lui bao giờ cũng là giải pháp tốt nhất. Và trong một chừng mực nào đó, giải pháp "*nhịn nhục*" còn có phần tiêu cực vì nó góp phần vào sự tồn tại của những yếu tố xấu trong cộng đồng.

Sự thật là trong mỗi một tập thể đều có những phần tử xấu nào đó, bởi vì ngay trong mỗi con người chúng ta cũng đều tồn tại những yếu tố xấu nhất định. Sự nhịn nhục có thể là giải pháp tốt trong một số trường hợp, nhưng khi đối mặt với những yếu tố xấu thì nó trở thành tiêu cực, vì nó cản trở sự vươn lên hoàn thiện của bản thân mỗi người cũng như của cả cộng đồng.

Khi một thành viên có những cung cách ứng xử sai trái, gây tổn hại đến những thành viên khác trong cộng đồng, sự nhịn nhục đối với anh ta sẽ là một quyết định sai lầm, có hại cho mọi người và cho cả bản thân anh ta. Ngược lại, những phản ứng thích hợp cần thiết sẽ giúp anh ta có điều kiện nhận biết và điều chỉnh hành vi không tốt của mình, và điều đó không chỉ giúp ngăn ngừa những tổn hại cho mọi người mà còn có lợi cho chính bản thân anh ta, vì nó giúp anh trở thành một người hoàn thiện hơn.

Vì thế, nếu hiểu nhẫn nhục là nhịn nhục, chịu đựng, thì cần thiết phải hiểu thêm rằng đó là sự nhịn nhục, chịu đựng trong những trường hợp thích hợp. Nói khác đi, cách hiểu như vậy là còn quá hẹp so với ý nghĩa thực sự của khái niệm nhẫn nhục.

Vậy nhẫn nhục là gì? Để hiểu được một cách đầy đủ ý nghĩa của khái niệm này, điều tất nhiên là chúng ta phải quay sang tìm hiểu những sự giảng giải trong kinh luận của Phật giáo, bởi vì đây là một thuật ngữ Phật giáo được mượn dùng để dịch từ *Kṣānti (Sàn-đề)* trong tiếng Phạn.

Trong kinh Phật, hạnh nhẫn nhục được xếp vào một trong sáu pháp tu gọi là *ba-la-mật*, nghĩa là những pháp tu có thể giúp ta đạt đến sự giải thoát. Kinh *Giải thâm mật* (解深密經) quyển 4, giải thích về nhẫn nhục bao gồm 3 ý nghĩa. Một là *nại oán hại nhẫn* (耐怨害忍), nghĩa là nhận chịu những điều tổn hại do người khác gây ra cho mình. Hai là *an thọ khổ nhẫn* (安受苦忍), nghĩa là có thể an nhiên chấp nhận mọi sự đau đớn, khổ não. Và ba là *đế sát pháp nhẫn* (諦察法忍), nghĩa là có thể quan sát, nhận biết đúng bản chất của mọi sự việc để an nhiên chấp nhận. Thêm vào đó, luận *Du-già sư địa* (瑜伽師地論) quyển 51 mô tả hạnh nhẫn nhục bao gồm ba tính chất: một là không giận tức, hai là không kết thành thù oán, và ba là trong lòng không có những ý tưởng xấu ác.[1]

Kết hợp sự giải thích và mô tả trong 2 bản kinh luận nêu trên, chúng ta có thể hiểu được rằng nhẫn nhục không chỉ đơn giản là sự nhịn nhục, chịu đựng, mà bao hàm một sự nhận thức, hiểu biết sâu sắc và toàn diện về đối tượng, sự việc, từ đó mới dẫn đến sự chấp nhận với một tinh thần từ hòa, không có sự sinh khởi của sân hận và tư tưởng xấu ác, và vì thế cũng không tạo ra sự thù hận, oán ghét.

Còn rất nhiều kinh luận khác giảng giải sâu xa và toàn diện hơn về hạnh nhẫn nhục, vốn được xem là một trong các pháp tu quan trọng. Tuy nhiên, trong phạm vi chúng ta đang muốn bàn đến thì có thể tạm chấp nhận một định nghĩa như trên là tương đối hoàn chỉnh. Vấn đề ở đây là, ngay cả một định nghĩa được giới hạn tương đối như thế cũng có thể đã là phức tạp và khó hiểu đối với một số người. Vì thế, có lẽ tốt hơn chúng ta nên nói rộng thêm đôi chút về những điểm chi tiết trong định nghĩa này.

Trước hết, cả 3 tính chất được mô tả trong bộ luận *Du-già sư địa* - không giận tức, không kết thành thù oán và không có ý tưởng xấu ác - phải được xem là những yếu tố tất yếu, không thể thiếu được đối với hạnh nhẫn nhục. Khi thiếu đi một trong các yếu tố này, cho dù ta có chấp nhận, có nhịn nhục được đối với bao nhiêu sự việc đi nữa, thì điều đó cũng hoàn toàn không thể xem là thực hành được hạnh nhẫn nhục. Vì thế, thực hành hạnh nhẫn nhục cũng có nghĩa là phải có sự nuôi dưỡng, phát triển của cả 3 yếu tố này ngay trong tự thân chúng ta.

Thứ hai, về 3 ý nghĩa được giải thích trong kinh *Giải*

[1] Nguyên văn chữ Hán: 忍辱含不忿怒、不結怨、心不懷惡意 (Nhẫn nhục hàm bất phẫn nộ, bất kết oán, tâm bất hoài ác ý...)

thâm mật, nên được xem là những trình tự phát triển, những bước tiến tuần tự trong sự thực hành hạnh nhẫn nhục. Và như thế, ở mức độ cao sẽ bao gồm cả mức độ thấp hơn trước đó, nhưng khi thực hành một mức độ thấp thì không nhất thiết ta phải hiểu và thực hành được cả những yêu cầu của mức độ cao hơn. Tuy nhiên, thực tế cho thấy là hai mức độ đầu tiên có nhiều sự gần gũi hơn, và hầu hết chúng ta đều có thể bắt tay thực hành ngay nếu có sự cố gắng, trong khi mức độ thứ ba lại là một sự hoàn thiện rốt ráo của cả hai mức độ trước đó, và đòi hỏi một quá trình tu tập dài lâu trước khi có thể thực sự hiểu và hành trì được ở mức độ cuối cùng này.

Để thấy rõ hơn nhận xét này, trong những trang sau đây chúng ta sẽ lần lượt tìm hiểu qua cả 3 ý nghĩa của hạnh nhẫn nhục vừa được nói trên: nhẫn nhục đối với những tổn hại do người khác gây ra, nhẫn nhục trong những hoàn cảnh khổ đau, và thấu triệt bản chất của mọi sự việc để có thể nhẫn nhục với tất cả.

Kẻ thù ta đâu phải là người...

Một trong những cách ứng xử thông thường, thậm chí được cho là khôn ngoan trong cuộc sống, là chúng ta cần phải biết "*ăn miếng trả miếng*". Mà nói theo một cách văn hoa hơn là "*ân đền, oán trả*". Tuy nói là "*ân đền, oán trả*", nhưng thường thì người ta chỉ quan tâm nhiều đến việc "*trả oán*" hơn là "*đền ân*". Vì vậy mà ý nghĩa của cả hai "*phương châm*" trên trong thực tế cũng chẳng khác gì nhau.

Nhưng cách ứng xử như trên thật ra không phải là cách ứng xử khôn ngoan, bởi vì trong thực tế nó chỉ mang lại thêm những khổ đau chứ không phải là niềm vui và sự thanh thản. Trong cuộc sống, những thương tổn khi tiếp xúc, va chạm với người khác là điều gần như không thể tránh khỏi. Những thiệt hại về vật chất, thương tích trên thân thể hoặc tổn thương về tình cảm luôn có thể xảy ra trong những mối quan hệ hằng ngày. Chỉ cần một chút sơ ý trên đường phố đông đúc, một người nào đó có thể sẽ va quẹt làm ta bị thương... Chỉ cần một câu nói thiếu tế nhị, một người đồng nghiệp có thể xúc phạm đến lòng tự trọng của ta. Chỉ cần một sự thất hứa do những nguyên nhân nhất định nào đó, một đối tác có thể gây thiệt hại cho việc làm ăn, buôn bán của chúng ta...

Một số tổn thương có thể là do đối phương cố ý gây ra, nhưng phần lớn lại rất có thể chỉ do sự vô tình hay do hoàn cảnh bắt buộc. Dù vậy, sự phân biệt cần thiết này thường không dễ thực hiện một cách khách quan, và trong đa số trường hợp thì chúng ta hầu như rất dễ có khuynh hướng quy kết sự việc về cho những nguyên nhân cố ý. Và như vậy, thay vì để cho vấn đề tự nó qua đi, chúng ta lại đặt ra cho mình một "*nhiệm vụ*" phải đáp trả hành vi của đối phương theo cách "*bánh sáp trao đi, bánh chì đáp lại*".

Chính khuynh hướng rất thông thường này lại là một trong những nguyên nhân chính làm cho sự việc trở nên tồi tệ hơn. Sự thật là, dù cho những tổn thương đã xảy ra không thể thay đổi, nhưng những thương tổn tiếp theo sau đó lại hoàn toàn có thể tránh được nhờ vào quan điểm và cách ứng xử sáng suốt hơn của mỗi chúng ta.

Bởi vì không ai trong chúng ta muốn bị người khác xúc phạm hoặc gây thương tổn, nên phần lớn những phản ứng đáp trả của chúng ta hầu như chỉ có thể làm cho vấn đề thêm nghiêm trọng hơn nữa. Sự tổn thương của người khác không bao giờ có thể làm mất đi những tổn thương mà ta đã gánh chịu theo cách "*một trừ một*". Ngược lại, trong thực tế thì bao giờ đây cũng là một phép toán cộng! Sự tổn thương của cả hai bên khi cộng lại chắc chắn sẽ làm cho tình trạng càng trở nên xấu hơn. Và nếu mỗi chúng ta không kiềm chế được lòng sân hận thì sự việc lại càng rất dễ tiến triển theo cấp số nhân!

Khi chúng ta có thể giữ được sự bình tĩnh và sáng suốt cần thiết để xem xét vấn đề, chúng ta sẽ thấy rằng thật ra luôn có hai yếu tố cần phân biệt rõ trong mỗi một trường hợp gây thương tổn. Đó là hành vi gây tổn thương và bản thân con người thực hiện hành vi đó.

Trong cách nghĩ thông thường, chúng ta luôn gắn liền hai yếu tố vừa nêu. Người làm việc xấu tất nhiên là người xấu, và hầu hết chúng ta đều nghĩ như vậy. Nhưng nếu phân tích kỹ vấn đề, chúng ta sẽ thấy cách suy nghĩ tưởng chừng như đơn giản và hoàn toàn chính xác này lại là một kết luận không hợp lý chút nào!

Thứ nhất, dù có cường điệu hóa vấn đề đến đâu đi chăng nữa thì cũng không có bất cứ con người nào chỉ làm toàn những việc xấu! Ngay trong cùng một thời điểm, một người có thể làm những việc bị xem là rất xấu đối với ta nhưng lại cũng có những việc tốt không thể phủ nhận đối với người khác. Còn trong hầu hết những trường hợp đời thường thì điều này càng rất dễ nhận ra. Nếu có một người đang làm ta giận dữ, hãy thử nhớ lại và xem xét hành vi của anh ta trước khi xảy ra sự việc ấy. Nếu có thể giữ được sự bình tĩnh và khách quan, chắc chắn ta sẽ thấy rằng trước đây người ấy không hề "*đáng ghét*" như hiện nay. Vì thế, xét cho cùng thì ta đang giận tức sự việc mà anh ta vừa mới làm chứ không phải bản thân con người anh ta. Nói một cách khác, hành vi xấu là một yếu tố cần điều chỉnh, nhưng bản chất con người vốn không nghiêng về sự xấu ác. Chỉ cần điều chỉnh được những hành vi xấu thì cách nhìn của ta đối với một con người lập tức sẽ thay đổi khác đi. Điều đó cho thấy rằng việc chúng ta thù ghét một con người vì những việc xấu họ đã làm là một khuynh hướng hoàn toàn sai lầm!

Thứ hai, tất cả những con người quanh ta đều có những mối liên hệ nhất định góp phần vào sự tồn tại của chính bản thân ta. Nói cách khác, chúng ta không thể tồn tại trong một môi trường không có con người. Vì thế, dù trực tiếp hay gián tiếp thì chúng ta vẫn đang chịu ơn người khác về sự tồn tại của mình trong đời sống. Chúng ta có cơm ăn, áo mặc, mọi tiện nghi đời sống, cho đến đường phố sạch đẹp, an toàn, nơi mua sắm thuận lợi, phương tiện truyền thông liên lạc... cũng như vô số những dịch vụ tiện ích khác, tất cả những thứ ấy không chỉ hoàn toàn do thiên nhiên ban tặng mà chính là nhờ có sự lao động miệt mài, cần mẫn đóng góp công sức của biết bao người, trong đó có cả con người mà ta đang giận ghét vì một hành vi nhất định nào đó đã gây hại cho ta.

Nếu chúng ta xét trong bối cảnh này thì sẽ thấy hành vi sai trái - nếu có - của người kia chỉ là một sự nhất thời, trong khi cả cuộc đời người ấy là một sự gắn bó với sự tồn tại của ta, và điều tất nhiên là một phần nhất định trong cuộc sống của chúng ta có chịu ơn người ấy. Trong mối tương quan này, việc đồng nhất một hành vi xấu với bản thân người thực hiện hành vi ấy rõ ràng là không hợp lý; và do đó sự giận ghét của ta cũng là không hợp lý.

Khi tôi còn nhỏ, tôi có được nghe và vẫn còn nhớ lời của một ca khúc khá phổ biến vào thời đó: "*Kẻ thù ta đâu có phải là người, giết người đi thì ta ở với ai...*" Trong một chừng mực nào đó, tôi nghĩ tác giả ca khúc này đã có suy nghĩ hoàn toàn tương đồng với những gì mà chúng ta vừa trao đổi. Đó là một cách nhìn nhận hợp lý mà chúng ta rất nên ghi nhớ. Hành vi gây tổn thương và bản thân con người thực hiện hành vi đó là hai yếu tố khác nhau. Chúng ta không nên vì hành vi sai trái của một con người mà giận ghét con người đó.

Điều này có vẻ như đi ngược lại khuynh hướng suy nghĩ thông thường của rất nhiều người. Nhưng thực tế là tất cả những nền giáo dục và tín ngưỡng xưa nay của nhân loại đều đặt trên một nền tảng nhận thức như vậy.

Nho giáo từ lâu vẫn tin rằng "*Con người sinh ra vốn tính hiền thiện.*"[1] Vì thế, những thói hư tật xấu chỉ là sự

[1] Nguyên văn chữ Hán: Nhân chi sơ, tính bản thiện. (人之初性本善。)

tích lũy, thâm nhiễm lâu ngày trong cuộc sống. Chỉ cần chịu học hỏi để nhận biết và loại trừ những thói hư tật xấu thì con người sẽ trở lại hiền thiện, sẽ trở thành người tốt. Và nếu vậy thì sự thù ghét một con người vì những việc xấu họ đã làm quả là điều vô lý. Chính trong ý nghĩa này mà khi thầy Tử Cống hỏi xin một lời dạy để có thể theo đó mà thực hành trọn đời thì đức Khổng Tử đã dạy rằng: đó là sự khoan thứ.[1] Khoan dung, tha thứ cho người khác chính là không giận ghét họ vì việc xấu mà họ đã làm.

Kinh Thánh cũng dạy rằng hãy mở rộng lòng bác ái, yêu thương cả những kẻ thù của mình. Chúng ta chỉ thù ghét một người khi gắn liền những hành vi gây hại với bản thân người ấy. Vì thế, nếu ta biết tách rời hai yếu tố con người và sự việc thì ta sẽ chẳng bao giờ có kẻ thù! Việc khuyến khích tất cả mọi người mở rộng lòng yêu thương tất cả chính là dựa trên cách nhận thức này.

Tất cả các hệ thống giáo dục khác nhau cũng đều hướng đến sự cải hóa những con người có hành vi xấu chứ không bao giờ xem họ mãi mãi là thành phần cách ly của xã hội. Điều này cũng là dựa trên nhận thức rằng bản chất con người là hiền thiện, và qua sự giáo dục chuyển hóa, loại bỏ các yếu tố xấu thì bất cứ con người nào cũng sẽ trở lại bản chất hiền thiện của mình. Ngay cả hệ thống pháp luật cũng luôn ưu tiên sử dụng các biện pháp giáo dục, cải hóa trước khi buộc phải áp dụng hình phạt.

Đạo Phật còn tiến xa hơn một bước nữa khi cho rằng tất cả chúng sinh đều có tánh Phật. Điều đó có nghĩa là, mỗi con người không chỉ có bản chất hiền thiện, mà còn sẵn có

---

[1] Nguyên văn chữ Hán: Tử Cống vấn viết: "Hữu nhất ngôn nhi khả chung thân hành chi giả hồ." Tử viết: "Kỳ thứ hồ!..." (子貢問曰：有一言而可終身行之者乎？子曰：其恕乎。)

cả tiềm năng quý giá có thể tu tập để giác ngộ, thành Phật. Khi nhận thức theo cách này, sự khiêm hạ của mỗi cá nhân sẽ được phát triển và sự tôn kính đối với mọi người quanh ta sẽ trở nên chân thành hơn. Điều đó giúp ta dễ dàng hơn trong việc loại bỏ những tâm niệm giận tức hoặc căm ghét đối với những ai có hành vi gây hại cho mình.

Đã có người hiểu theo cách ngược lại với nhận xét như tôi vừa nêu trên. Họ cho rằng, khi tự tin rằng bản thân mình sẵn có tánh Phật, có thể thành Phật, con người sẽ trở nên tự cao, ngã mạn, đánh mất đi sự cung kính đối với chư Phật, Bồ Tát. Tôi không tin vào cách nghĩ này. Vì chẳng ai lại có thể sinh ra tự cao vì một cương vị mà mình thật ra chưa có được! "*Có thể thành Phật*" hoàn toàn khác với việc "*đã thành Phật*", vì điều đó còn phụ thuộc vào công phu tu tập dài lâu của chúng ta.

Trong thực tế, một khi bạn tự nhận mình có xuất thân là con nhà trí thức chẳng hạn, điều đó chắc chắn sẽ khiến cho bạn phải học cách ứng xử tốt hơn, thận trọng hơn và phù hợp hơn với vị thế ấy. Còn việc bạn có thực sự trở thành một người trong tầng lớp trí thức hay không, điều đó còn tùy thuộc vào nỗ lực học tập và rèn luyện lâu dài của bạn.

Tương tự như vậy, nếu tin rằng mình có tánh Phật, chắc chắn bạn sẽ phải học theo cung cách của một vị Phật, nghĩa là phải biết hành xử theo những lời Phật dạy. Điều đó hoàn toàn khác biệt với việc bạn tự nghĩ rằng mình là một vị Phật, vì nếu bạn thực sự nghĩ như thế thì chắc chắn đó chỉ là một điều hoang tưởng. Và chỉ có sự hoang tưởng như vậy mới có thể khiến cho người ta trở nên kiêu mạn, tự cao, mất đi sự cung kính đối với chư Phật, Bồ Tát.

Nói tóm lại, khuynh hướng tức giận của chúng ta khi bị ai đó làm hại thật ra chỉ là một quán tính sai lầm, thiếu sự phân tích khách quan và hợp lý. Chúng ta hoàn toàn có thể và cần phải điều chỉnh những hành vi sai trái gây tổn hại đến người khác, cần phải hết sức ngăn ngừa không để cho những hành vi như thế lặp lại trong tương lai, nhưng hoàn toàn không nên vì những hành vi sai trái đó mà tức giận hoặc ghét bỏ con người đã thực hiện những hành vi đó.

Chính ở nơi đây mà tinh thần nhẫn nhục được nhận ra, khi chúng ta nhớ lại những yếu tố cấu thành hạnh nhẫn nhục: không giận tức, không kết thành thù oán và không có ác ý.

Khi sự tổn hại mà ai đó gây ra cho ta là có thật, với tinh thần nhẫn nhục, ta chấp nhận sự tổn hại đó mà không bực tức khó chịu, vì thật ra thì sự bực tức khó chịu đó cũng chẳng thay đổi được gì mà chỉ làm cho ta càng cảm thấy khó chịu đựng hơn đối với những hậu quả xấu vốn đã xảy ra. Và vì hiểu rằng *hành vi* với *con người thực hiện hành vi* là hai yếu tố khác nhau nên ta sẵn lòng góp ý xây dựng hoặc phê phán hành vi sai trái đó, nhưng không giận tức hay ghét bỏ con người đã thực hiện hành vi ấy. Vì không giận tức nên ta sẽ không làm bất cứ điều gì gây tổn hại cho người ấy, và vì thế mà không kết thành thù oán. Vì không giận tức và không kết thành thù oán nên cũng không có điều kiện để nảy sinh những tư tưởng xấu ác.

Khi ta thực hiện theo đúng tinh thần như thế, đó là ta đã thành tựu được hạnh nhẫn nhục ở mức độ đầu tiên, mức độ mà trong kinh *Giải thâm mật* gọi là "*nại oán hại nhẫn*".

Khi chúng ta so sánh với cách hiểu thông thường thì sự nhịn nhục, chịu đựng những hành vi gây hại của kẻ khác chưa hẳn đã là nhẫn nhục. Trong thời lập quốc của nhà Hán ở Trung Hoa, vị tướng tài giỏi nhất của Lưu Bang là Hàn Tín vẫn thường được nhắc đến với câu chuyện "*chịu nhục luồn trôn*". Thuở hàn vi, Hàn Tín chưa được ai biết đến tài năng của mình nên phải mưu sinh vất vả, nhưng lúc nào cũng đeo bên mình một thanh gươm. Một hôm, có tên bán thịt hung hăng chặn ông ở giữa chợ và nói rằng: "*Mày có tài cán gì mà lúc nào cũng đeo gươm bên người như tướng soái. Có giỏi thì đâm chết tao đi, bằng không thì phải chui qua dưới trôn tao.*" Mọi người trong chợ đổ xô đến xem. Hàn Tín suy nghĩ một lát rồi lẳng lặng cúi xuống chui qua trôn tên hàng thịt.

Hàn Tín vì không muốn thí mạng với một kẻ tầm thường thô bạo, muốn giữ lại thân mình để nuôi chí lớn về sau nên sẵn sàng nhẫn chịu cái nhục luồn trôn giữa chợ. Nhưng sự nhẫn chịu của ông chưa đủ để gọi là nhẫn nhục. Nếu trong khi chấp nhận sự tổn thương tinh thần như thế mà ông vẫn không sinh lòng oán giận tên hàng thịt thì đó mới thực sự là hạnh nhẫn nhục.

Điều này nói thì dễ mà làm thì khó. Trong cuộc sống, nhiều khi ta vẫn phải cắn răng nhịn nhục, chịu đựng sự tổn hại do người khác gây ra vì nhiều lý do khác nhau. Vì kẻ gây hại cho ta là người đang giữ thế mạnh, như trường hợp những nhân viên phải chấp nhận chịu đựng sự vô lý hoặc trái tính của cấp trên, vì họ sợ rằng nếu phản đối sẽ dẫn đến những tổn hại lớn hơn. Cũng có thể vì ta muốn chấp nhận một sự tổn hại nhỏ để có thể đạt đến một lợi ích lớn hơn, như trường hợp một người chủ thuê chấp nhận chịu đựng, nhẫn nhịn đối với những yêu cầu thái quá của một nhân viên, vì muốn giữ anh ta lại để sử dụng vào những công việc mang lại lợi ích lớn hơn cho ông ta. Người ta cũng có thể nhịn nhục chịu đựng vì sự hèn nhát, vì kém hiểu biết, hoặc chỉ đơn giản là vì muốn được yên ổn... Nhưng tất cả những sự nhẫn chịu như thế đều không phải là hạnh nhẫn nhục, vì nó không bao hàm đủ những yếu tố như chúng ta vừa nêu.

Sự khác biệt cần nói ở đây là, trong khi hạnh nhẫn nhục là một tinh thần tích cực giúp ta thăng hoa đời sống, thì những thái độ nhịn nhục, chịu đựng như trên lại chỉ có thể làm cho tinh thần chúng ta ngày càng suy thoái, bạc nhược hơn, và tạo ra cách biệt ngày càng lớn hơn giữa chúng ta với mọi người chung quanh.

Đôi khi sự việc không có nhiều khác biệt trong cách biểu lộ bên ngoài, nhưng luôn có những khác biệt vô cùng sâu sắc trong nội tâm. Người đang phải chịu đựng sự việc vì những lý do khác luôn sống trong một tâm trạng bực dọc, luôn có sự kiềm chế, đè nén trong nội tâm, và điều đó làm cho họ luôn phải chịu khổ đau, dằn vặt; ngược lại, người thực hành nhẫn nhục luôn thoát khỏi mọi sự ràng buộc, không bực tức, không oán hận, nên nội tâm luôn được thanh thản, an vui ngay cả khi họ đang phải chịu đựng những sự tổn hại lớn lao do người khác gây ra.

Trong kinh Kim Cang, khi dạy về hạnh nhẫn nhục, đức Phật có nhắc lại một tiền thân của ngài khi bị vua *Ca-ly* cắt xẻo thân thể mà vẫn không hề sinh tâm oán giận. Ngài đã đạt đến mức có thể chấp nhận sự tổn thương cực kỳ đau đớn đó trong tinh thần nhẫn nhục.

Trong cuộc sống thực tế, chúng ta hầu như không ai có thể đạt đến mức độ nhẫn nhục như được mô tả trong kinh

Kim Cang, đơn giản chỉ là vì chúng ta chưa tu tập thành Phật! Tuy nhiên, khuynh hướng và tinh thần nhẫn nhục như chúng ta đã bàn đến như trên vẫn là giống nhau trong mọi trường hợp. Vì thế, nếu muốn thực hành hạnh nhẫn nhục thì chúng ta phải luôn ghi nhớ những điều trên. Mỗi khi nhẫn chịu một sự tổn hại do người khác gây ra, chúng ta hãy tự hỏi mình: "*Ta có giận tức người ấy hay không? Ta có kết thành thù oán với người ấy hay không? Và ta có ác ý với người ấy hay không?*" Trả lời được những câu hỏi này, chúng ta sẽ có thể tự hiểu được là mình đã thực hành được hạnh nhẫn nhục hay chưa.

Có thể nói một cách giản lược hơn rằng, nhẫn chịu mọi sự tổn hại do người khác gây ra cho mình mà không sinh lòng oán hận là tinh thần nhẫn nhục. Đó là vì, không oán hận người thì không thể kết thành thù oán, và do đó cũng không thể sinh khởi ác ý.

Chính vì vậy mà việc thực hành hạnh nhẫn nhục cũng chính là phương thức hiệu quả nhất để đối trị với lòng sân hận. Vì lòng sân hận chỉ sinh khởi khi ta không hài lòng với những hậu quả mà người khác gây ra cho mình. Nếu ta có một khuynh hướng cởi mở để chấp nhận và khoan thứ thì lòng sân hận chắc chắn sẽ phải bị triệt tiêu. Và điều này sẽ mang đến cho ta những lợi ích cực kỳ lớn lao trong cuộc sống. Những lợi ích này sẽ được trình bày ở một phần sau trong cùng tập sách này.

Đối diện nỗi khổ niềm đau

Chúng ta không chỉ bực tức, khó chịu vì những gì người khác gây ra cho ta. Còn có vô số những sự việc bất như ý ta phải chịu đựng trong đời sống mà hầu như chẳng do ai gây ra cả! Bệnh tật hành hạ, thời tiết khắc nghiệt, vĩnh viễn xa lìa người thân yêu khi người ấy chết đi... Đó là những việc có thể xảy ra bất cứ lúc nào trong đời sống, và ta chỉ có thể chấp nhận mà không thể đổ lỗi cho bất cứ ai. Ai gây ra bệnh tật? Ai làm cho thời tiết nóng bức hay rét buốt? Ai làm cho ta người thân ta phải chết?... Tất cả đều không có câu trả lời, và vì thế ta cũng không có ai để quy trách, giận dữ. Nhưng không phải vì thế mà ta có thể tránh né được những nỗi khổ đau này.

Những khổ đau như vậy là rất nhiều trong cuộc sống. Nếu chúng ta không có một phương cách gì để đối trị với chúng thì cuộc sống của ta sẽ chỉ là một chuỗi nối tiếp những khổ đau mà không còn có chút ý nghĩa gì. May thay, sự thật không phải là như thế. Bởi vì sự hiện hữu của khổ đau là không thể phủ nhận, nhưng sự tiếp nhận những khổ đau ấy như thế nào lại hoàn toàn tùy thuộc vào sự nhận thức và tu dưỡng của mỗi chúng ta.

Trong thực tế, hầu hết những trạng thái tinh thần của chúng ta được tạo ra bởi thói quen hay sự huân tập lâu đời. Chẳng hạn, có những người từ nhỏ không thích chuột vì lý do nào đó, và rồi họ ghét chuột cho đến suốt đời. Cứ mỗi lần nhìn thấy chuột là họ kinh tởm, giận dữ hoặc khiếp sợ. Sự giận dữ hay khiếp sợ đó không đến từ những con chuột - bằng chứng là có những người khác không ghét chuột - mà xuất hiện từ chính thói quen lâu ngày của người ấy.

Cũng vậy, chúng ta từ lâu đã quen tránh né, trốn chạy những cảm giác khó chịu hay đau đớn. Chúng ta không ưa thích những cảm giác ấy, và mỗi khi chúng xuất hiện thì trong lòng ta khó chịu, bực tức, chỉ mong sao cho chúng chấm dứt càng sớm càng tốt. Nếu phân tích kỹ, chúng ta sẽ thấy rằng chính tâm trạng không ưa thích, bực tức và mong muốn sự chấm dứt mới là vấn đề, còn bản thân những cảm giác khó chịu hoặc đau đớn tự nó không phải là điều gây khó chịu quá nhiều cho ta. Nhưng từ lâu ta vẫn quen xem cả hai yếu tố này là một nên không thể nhận ra được nguyên nhân thực sự của vấn đề.

Tôi còn nhớ vào những năm cuối thập niên 1970, khi sống trong căn nhà tranh đơn sơ dựng lên giữa khu đất rừng mới khai hoang, tôi thường xuyên phải "*gặp gỡ*" những con vật không lấy gì làm thân thiện như rắn, rết, bò cạp... Sau mỗi cơn mưa, chúng thường tìm vào "*ẩn náu*" trong nhà vì có nhiều chỗ khô ráo. Mỗi khi lấy quần áo để thay hoặc đưa tay mở cánh cửa liếp, bạn đều có thể nhìn thấy chúng ẩn nấp ở đâu đó...

Lần đầu tiên tôi bị bò cạp chích là một kinh nghiệm không lấy gì làm tốt đẹp. Khi vừa đưa tay chạm đến chiếc áo mắc trên vách tre, tôi có cảm giác một mũi kim sắc nhọn nhỏ xíu vừa đâm vào tay mình, và ngay sau đó là một cảm giác nhức nhối cực kỳ khó tả. Cơn đau lan nhanh như một dòng điện chạy rần rần trong cánh tay, và tôi nghe dưới nách nổi lên ngay một hạch lớn. Rồi cả cánh tay tôi sưng nhức, một lúc sau lại chuyển sang tê rần, rồi lại nhức nhối... Những cảm giác hết sức khó chịu ấy liên tiếp thay nhau với cường độ càng lúc càng dữ dội hơn. Tôi nhắm nghiền mắt lại, cắn răng chịu đựng và có cảm giác vết chích nơi bàn tay tôi đang ngày càng sưng to, căng phồng đến mức như sắp vỡ tung...

Thật ra thì nơi vết chích chỉ hơi sưng đỏ lên đôi chút thôi. Nhưng nọc độc của con vật tạo cảm giác đau nhức làm cho tôi khó chịu cực kỳ. Suốt đêm hôm đó, tôi nằm trăn trở, rên rỉ, không chợp mắt được chút nào. Đầu óc tôi không còn một ý nghĩ nào khác hơn là cảm giác về cơn đau nhức đang hoành hành. Tôi giận dữ, bực tức, đau đớn, khó chịu... đầu óc chỉ tràn ngập những cảm giác khó chịu về cơn đau mà không còn nghĩ đến gì khác, tưởng như ngay trong ngày mai tôi sẽ cuốn gói rời khỏi vùng đất khốn nạn này!

Nhưng rồi cho đến khi gần sáng thì cơn đau nhức dịu đi và tôi thiếp ngủ được đôi chút. Thức dậy, tôi có cảm giác cơn đau nhức vẫn còn đó nhưng không dữ dội như hôm trước. Tôi quan sát vết chích trên tay và thấy đã hơi bớt sưng, để lại một quầng thâm bao quanh một chấm đen nhỏ. Rồi đến chiều thì cơn đau nhức dường như mất hẳn. Tôi tự nhủ: "*Ừ, thế thì cũng chẳng có gì ghê gớm lắm.*"

Khỏi nói chắc bạn đọc cũng biết là về sau tôi vẫn thường xuyên bị bò cạp chích, vì biết làm sao tránh được những con vật bé nhỏ này khi thói quen kỳ lạ của chúng là rất hay chui vào quần áo mắc trên vách tre hay vất trên giường nằm. Có lẽ chúng thích hơi người, tôi nghĩ vậy. Nhưng những cơn đau nhức về sau được tôi chấp nhận với một ý thức tỉnh táo hơn. Tôi quan sát chúng, cảm nhận chúng và làm quen với chúng. Sự thật là chúng đã dần dần trở nên "*dễ chịu*" hơn, và tôi không thấy "*ngán sợ*" chúng như ban đầu nữa.

Mọi trạng thái tinh thần của chúng ta đều là do thói quen, cũng tương tự như thế. Khi bạn chấp nhận đối diện với một cảm giác đau đớn nào đó, rồi bạn sẽ thấy nó thật ra cũng chẳng có gì ghê gớm lắm. Và nếu có những lần thứ hai, thứ ba... bạn sẽ thấy rõ là trạng thái tinh thần của bạn bao giờ cũng thay đổi theo cách ngày càng dễ chịu hơn.

Tuy nhiên, nếu bạn e sợ hoặc chán ghét một cảm giác nào đó và cố tìm cách tránh né để không phải chịu đựng nó, sự chán ghét của bạn sẽ làm cho trạng thái tinh thần khi chịu đựng cảm giác ấy mãi mãi khó chịu. Tiến trình quen dần đi với cảm giác khó chịu đó xem như bị ngăn chặn bởi ý thức tránh né của bạn.

Lần sắp tới đây, khi bạn có một cảm giác đau đớn nào đó, do thương tích, hoặc do côn trùng cắn chích, hoặc đơn giản hơn nữa là mỏi mệt rã rời sau một ngày làm việc quá sức chẳng hạn... bạn hãy thử qua kinh nghiệm mà tôi trình bày ở đây.

Khi nhận biết cảm giác đau nhức hoặc mỏi mệt đang hiện hữu trong cơ thể mình, bạn hãy thở vào một hơi thật sâu, dừng lại một chút để tâm ý được tĩnh lặng phần nào, và sau đó hãy nhủ thầm với chính mình: "*Có một cảm giác đau nhức, khó chịu trong thân thể tôi. Tôi không thể và cũng không cần thiết phải tránh né nó. Tôi sẽ chấp nhận nó, bởi vì rồi nó sẽ qua đi, không thể tồn tại mãi mãi. Tôi không có gì phải e sợ nó cả. Mặc dù tôi không mong muốn nó, nhưng sự có mặt của nó là một sự thật và tôi sẵn sàng chấp nhận sự thật đó.*"

Khi bạn tự nhủ, hoặc chỉ cần nghĩ thầm trong đầu những ý tưởng như thế, mọi sự bực dọc, khó chịu sẽ tan biến dần đi. Bạn sẽ cảm nhận cơn đau một cách bình thản hơn, và chắc chắn bạn sẽ thấy rằng nó thật ra cũng không quá khó chịu như bạn tưởng.

Khi còn nhỏ tôi đã từng nhìn thấy những đứa trẻ ở quê tôi chạy chơi ngoài đồng trống. Chúng vấp ngã rồi đứng dậy, chạy chơi tiếp với bạn bè, ngay cả khi chân tay chúng trầy trụa, rướm máu. Những đứa trẻ ấy đã quen với cảm giác đau khi té ngã, trầy xước, vì điều đó xảy ra mỗi ngày với chúng. Vì thế, chúng không hề khóc lóc, rên la hay khó chịu. Không có ai chăm sóc cho chúng sau mỗi lần vấp ngã. Cha mẹ chúng bận công việc đồng áng và chỉ trở về nhà khi mặt trời đã đứng bóng hoặc lúc nhá nhem tối. Chúng phải tự chăm sóc bản thân mình, và vì thế chúng phải làm quen với những tổn thương nho nhỏ mỗi ngày như thế.

Điều đó thật hoàn toàn khác biệt với những đứa trẻ con thành thị ngày nay được chăm sóc và bảo vệ trong môi trường tốt hơn. Khi tay chân trầy xước, chảy máu, chúng luôn được rửa sạch, bôi thuốc sát trùng và băng lại. Tôi không có ý nói rằng sự chăm sóc kỹ lưỡng như thế là có gì không tốt, nhưng chỉ muốn nói đến sự khác biệt giữa hai đứa trẻ trong hai môi trường chăm sóc khác nhau này là chúng thường chịu đựng cảm giác đau đớn với hai tâm trạng hoàn toàn khác nhau.

Chúng ta cũng không khác gì những đứa trẻ ấy. Khi lần đầu tiên trải qua một cảm giác đau đớn nào đó, nếu bạn chịu đối diện và chấp nhận cảm giác đau đớn ấy với một tâm trạng thản nhiên và dẹp bỏ mọi sự bực tức, giận dữ theo khuynh hướng thông thường, bạn sẽ thấy là khi cơn đau trôi qua bạn đã tăng thêm sức chịu đựng rất nhiều đối với nó. Lần thứ hai hoặc thứ ba, khi bạn phải chịu đựng một cơn đau tương tự thì bạn sẽ thực sự “quen biết” nó nhiều hơn, và vì thế bạn luôn cảm thấy dễ chịu hơn.

Khi bạn nhẫn chịu được những nỗi đau nho nhỏ như vừa nói, rồi bạn sẽ nhận ra một điều là ngay cả sự chịu đựng những nỗi đau to lớn hơn, với cường độ dữ dội hơn và kéo dài trong thời gian lâu hơn, thật ra cũng không đi ngoài quy luật này. Chúng ta có thể làm quen và chấp nhận mọi nỗi đau, miễn là ta chịu đối diện và trải qua những nỗi đau ấy một cách thản nhiên, không bực tức.

Bạn đọc có thể sẽ đặt câu hỏi: "*Vì sao tôi lại phải chấp nhận những nỗi đau kia chứ?*" Xin thưa, bởi vì đó là giải pháp khôn ngoan duy nhất mà bạn có thể chọn. Nếu bạn không sẵn sàng chấp nhận những nỗi đau, bạn vẫn phải trải qua, vẫn phải chịu đựng mà không thể nào tránh né, trừ khi bạn không còn sống nữa trên cuộc đời này. Vì những nỗi đau luôn hiện hữu khắp mọi nơi, mọi lúc. Chúng là những yếu tố tất nhiên cấu thành cuộc sống này. Tuy nhiên, trong trường hợp bạn không sẵn sàng chấp nhận, bạn sẽ phải đồng thời trải qua một tâm trạng bực dọc, tức tối, và chính điều đó mới làm cho nỗi đau của bạn càng trở nên khó chịu hơn.

Không chỉ là những nỗi đau về thể xác, mà cả đến những nỗi đau về tinh thần, những tổn thương tình cảm, cũng đều sẽ trở nên dễ chịu hơn khi bạn thực hành theo phương pháp này. Nói chung, khi một sự việc không hay đã xảy ra và gây tổn thương cho bạn, thì việc bực tức hoặc mong muốn cho sự việc thay đổi đều chỉ là vô ích. Điều duy nhất mà bạn có thể làm được trong trường hợp này chỉ là sự thích nghi và chấp nhận sự thật theo cách tốt nhất mà thôi.

Thực tế của đời sống này là mỗi ngày chúng ta đều phải trải qua những nỗi khổ niềm đau khác nhau. Có những nỗi đau nhỏ nhặt chỉ kéo dài trong năm mười phút, cũng có những nỗi đau dữ dội mà ta phải chịu đựng trong vài ba ngày, và còn có những nỗi đau ngấm ngầm, âm ỉ nhưng đeo bám chúng ta trong suốt nhiều năm tháng... Trong tất cả những trường hợp đó, chúng ta không thể làm được gì khác hơn ngoài việc chọn lựa giữa hai thái độ là thản nhiên chấp nhận hay bực tức, hằn học. Dù chọn cách nào thì ta cũng không thể tránh né được việc trải qua những nỗi khổ niềm đau đó, nhưng sự khác biệt lớn lao ở đây chính là một trạng thái tinh thần tích cực và thanh thản hay nặng nề và u ám.

Nói như vậy hoàn toàn không có nghĩa là chúng ta có thái độ tiêu cực, mặc nhiên chấp nhận mọi sự đau khổ đến với mình. Vấn đề chúng ta đang bàn đến chỉ là những nỗi đau *đã thực sự xảy ra* và không còn biện pháp nào để ta tránh né, ngăn chặn. Đó là một thực tế, và vì thế ta chỉ có thể chọn cách tốt nhất để tiếp nhận thực tế ấy. Còn trước khi sự việc xảy ra, dĩ nhiên là ta cần phải có mọi cố gắng tích cực để ngăn ngừa, hóa giải chúng, thay vì là ngồi yên chờ đợi chúng xảy đến cho mình.

Một cách cụ thể, như trong trường hợp vừa kể trên, tôi đã học được những cách ngăn ngừa hữu hiệu để giảm bớt số lần bị bò cạp chích. Trước khi lấy quần áo, tôi phải quan sát cẩn thận trước khi sờ tay vào, và trước khi mặc quần áo vào cần phải giũ thật mạnh mấy cái để những con vật nhỏ bé này nếu đang ẩn núp trong đó sẽ bị văng ra. Nhờ những biện pháp tích cực này, tôi tránh được một số lần bị bò cạp chích, nhưng tất nhiên là thỉnh thoảng cũng vẫn bị như thường.

Tương tự như thế, để ngăn ngừa bệnh tật bạn cần phải tuân thủ một nếp sống lành mạnh, giữ vệ sinh và ăn uống đúng cách, thường xuyên rèn luyện thân thể... Những biện pháp tích cực này chắc chắn sẽ giúp bạn hạn chế được rất nhiều lần mắc bệnh, nhưng cũng không thể ngăn ngừa được một cách tuyệt đối. Vì thế, mỗi khi cơn bệnh *đã thực sự xảy đến* cho bạn thì bạn cần phải biết nhẫn chịu nó.

Với những nỗi đau tinh thần, những tổn thương tình cảm cũng vậy. Một nếp sống hòa hợp và chân thật, cởi mở có thể giúp bạn tạo ra nhiều tình cảm gắn bó với mọi người chung quanh, nhưng điều đó hoàn toàn không có nghĩa là bạn sẽ không bao giờ gặp rắc rối về tình cảm. Vì thế, hãy tích cực trong việc nuôi dưỡng những tình cảm tốt đẹp, nhưng cũng sẵn sàng trong việc chấp nhận những tổn thương tình cảm một khi có ai đó gây ra cho bạn.

Khi bạn biết nhẫn chịu mọi nỗi khổ niềm đau trong cuộc sống với một tinh thần thanh thản, không bực tức, không oán hận, đó chính là bạn đang thực hành hạnh nhẫn nhục ở mức độ gọi là "*an thọ khổ nhẫn*". Sự biểu hiện của tinh thần nhẫn nhục này thoạt nhìn qua thì có vẻ như rất gần với sự cam chịu, buông xuôi, nhưng khác biệt lớn lao nhất ở đây chính là trạng thái tinh thần của bạn: một tinh thần an nhiên chấp nhận và không hề có sự oán hận, bực tức.

Nguyên lý duyên sinh

Chúng ta chỉ có thể nhìn thấy mọi sự vật, hiện tượng trong phạm vi giới hạn của đôi mắt mình, nhưng sự thật là còn có rất nhiều điều ta không nhìn thấy nhưng vẫn đang hiện hữu đồng thời với sự vật, hiện tượng mà ta nhìn thấy. Ngắm nhìn một bông hoa, ta chỉ thấy được vẻ đẹp qua màu sắc, đường nét của những cánh hoa, nhưng cái ta không nhìn thấy là sự sống của bông hoa ấy với vô số những điều kiện tương quan cần thiết, chẳng hạn như nước được hút lên từ lòng đất với dưỡng chất để tạo thành nhựa cây, ánh nắng từ không trung tỏa chiếu, vừa sưởi ấm để tạo nhiệt độ cần thiết, vừa giúp vào quá trình quang hợp của lá cây, cho đến thành phần không khí mà cây hoa phải dùng đến trong "*hơi thở*" của nó...

Nhưng tất cả những gì ta không nhìn thấy đó lại là những điều kiện tất yếu cho sự tồn tại vẻ đẹp của bông hoa. Không có nước, cây sẽ héo úa. Không có dưỡng chất, cây sẽ không thể sinh trưởng. Cho đến không có không khí, không có ánh nắng... đều sẽ dẫn đến sự không tồn tại của bông hoa xinh đẹp kia...

Vì thế, cho dù không nhìn thấy được những yếu tố vừa mô tả, nhưng ta hoàn toàn có thể nhận biết được chúng qua sự tồn tại sống động của bông hoa. Bông hoa tươi đẹp còn đó, có nghĩa là vẫn còn có sự hiện hữu của đất, của nước, của ánh nắng, của không khí... và vô số những yếu tố khác nữa cần thiết cho sự sống của nó.

Tương tự như vậy, chúng ta có thể và cần phải nhận biết mọi sự vật, hiện tượng trong cuộc sống này một cách sâu xa và toàn diện, nghĩa là trong mối tương quan với sự hiện hữu của chúng. Chúng ta sẽ không thường xuyên giữ được những bông hoa đẹp nếu chúng ta không nhận biết được gì về điều kiện tồn tại của nó. Vì không nhận biết, ta sẽ có thể vô tình làm hại đến bông hoa, và vì thế nó sẽ không còn tồn tại để cho ta nhìn ngắm. Nếu bạn mang một chậu hoa vào nhà, nó sẽ không thể sống khỏe được vì thiếu ánh nắng. Nếu bạn cắt rời một bông hoa ra khỏi thân cây, nó sẽ héo rũ vài ba ngày sau đó.... Và nếu bạn không nhớ tưới nước cho cây hoa, nó sẽ không thể cho bạn những bông hoa xinh đẹp.

Mọi hiện tượng quanh ta đều không tồn tại độc lập. Chúng luôn có mối tương quan tồn tại và chi phối lẫn nhau. Ngay cả sự tồn tại của mỗi cá nhân chúng ta cũng không phải là ngoại lệ. Chúng ta không thể *nhìn thấy* nhưng cần phải *nhận biết* điều đó. Sự sống của chúng ta là một chuỗi tiếp xúc trực tiếp hay gián tiếp với tất cả mọi người quanh ta, với những người khác trên thế giới này, và cả với vô số những yếu tố, điều kiện, nhân duyên khác. Chính vì không nhận biết được những điều này mà con người đã gây ra biết bao tổn hại cho chính mình qua việc tàn phá môi trường, hủy hoại hệ sinh thái, và thậm chí là gây tổn hại trực tiếp cho nhau về cả vật chất lẫn tinh thần.

Khi chúng ta nhận biết mọi hiện tượng, sự vật trong mối tương quan tồn tại với vô số hiện tượng khác, chúng ta sẽ không còn cảm thấy ưa thích hay ghét bỏ một hiện tượng nào đó, bởi vì ta nhận ra rằng sự ưa thích hay ghét bỏ như vậy là hoàn toàn không hợp lý. Làm sao bạn có thể yêu thích bông hoa và ghét bỏ khối phân dùng để bón cho cây hoa ấy? Khi bạn hiểu rằng sự có mặt của khối phân là điều kiện tất yếu giúp cho bông hoa kia tồn tại, bạn sẽ thấy rằng thái độ bình đẳng đối với cả hai mới là hợp lý.

Điều này cũng xảy ra đối với sự tồn tại của mỗi người chúng ta. Khi bạn cảm thấy không ưa thích một sự việc nào đó, hãy dành thời gian để thử suy nghĩ lại. Liệu sự việc mà bạn ghét bỏ đó có phải là hoàn toàn không liên quan đến sự tồn tại của bạn hay chăng? Tôi tin rằng câu trả lời là không. Bởi vì khi bạn nhận biết vấn đề theo cách như trên, bạn sẽ thấy là không một yếu tố nào trong cuộc sống này lại không liên quan - trực tiếp hay gián tiếp - đến sự sống còn của mỗi một cá nhân.

Có những mối quan hệ trực tiếp mà bạn có thể dễ dàng nhận biết, nhưng cũng có những mối quan hệ tưởng như rất mơ hồ vì sự xa xôi, cách biệt, nhưng xét cho cùng vẫn luôn có sự chi phối, ảnh hưởng đến cuộc sống của chúng ta. Ta cần có sự quán xét sâu xa và sáng suốt hơn mới có thể nhận ra được những mối quan hệ tinh vi như thế. Này nhé, ngày hôm qua giá xăng dầu vừa tăng cao, và bạn biết ngay là ngân sách chi tiêu của gia đình sẽ phải có sự thay đổi, điều chỉnh thích hợp. Nhưng bạn có biết vì sao giá xăng dầu tăng cao hay chăng? Có lẽ để nhận biết điều này bạn cần phải quan tâm đến thời cuộc thế giới, đến sự phân tích của các chuyên gia.v.v... Nhưng tôi thật không có ý muốn bạn đi sâu vào những vấn đề rối rắm như thế. Tôi chỉ muốn nhắc bạn một điều là, những gì ta không nhìn thấy không có nghĩa là không hiện hữu. Và vì thế, chúng ta không thể phủ nhận vô số những điều kiện đã và đang chi phối cuộc sống của chúng ta.

Đạo Phật trình bày những mối tương quan chằng chịt trong cuộc sống như thế trong một nguyên lý gọi là "*duyên sinh*", và được kinh *Hoa nghiêm* mô tả như là "*trùng trùng duyên khởi*".

Theo nguyên lý duyên sinh, tất cả mọi sự vật, hiện tượng đều không thể tự nó sinh khởi. Sự sinh khởi của mỗi một sự vật, hiện tượng đều là do kết hợp bởi một số nhân duyên nhất định nào đó, nhưng mỗi một nhân duyên trong số này lại cũng là sự kết hợp của một số nhân duyên khác nữa. Và vì mối tương quan này được nối dài không giới hạn nên khi xét đến cùng thì tất cả mọi sự vật, hiện tượng trong vũ trụ pháp giới đều có liên quan với nhau, đều nương theo nhau mà sinh khởi và tồn tại.

Kinh *Hoa nghiêm* mô tả mối tương quan này bằng hình ảnh một tấm lưới được giăng ra vô tận trong không gian. Ở mỗi một mắt lưới có đính một viên ngọc sáng. Một cách khéo léo, người giăng lưới đã tính toán sao cho tất cả các viên ngọc đều được phản chiếu trong mỗi một viên ngọc. Và vì thế, khi chúng ta nhìn kỹ vào bất cứ một viên ngọc nào, chúng ta cũng đều thấy được vô số những viên ngọc khác trong toàn tấm lưới.

Toàn thể vũ trụ được mô tả là tương tự như thế. Mỗi một sự vật, hiện tượng đều có thể được nhận biết nơi những sự vật, hiện tượng khác, vì sự tương quan tồn tại của chúng. Và nguyên lý này có thể vận dụng ngay vào những gì đang hiện hữu quanh ta để xóa đi mọi nhận thức phiến diện, hẹp hòi. Khi nhận biết được mối tương quan thật có giữa mọi sự vật, hiện tượng, chúng ta sẽ không còn cảm thấy khó chịu hay bực mình vì một sự việc nhỏ nhặt nào đó đã không diễn ra theo đúng ý mình. Bởi vì khi nhìn sâu vào sự việc bất như ý đó, chúng ta cũng thấy được vô số những sự việc quan trọng và cần yếu khác sở dĩ có được là nhờ nó.

Vì không có một sự vật hay hiện tượng nào có thể tự nó sinh khởi, nên chúng ta cũng có thể hiểu được rằng sự sinh khởi của mỗi một sự vật hay hiện tượng chẳng qua chỉ là sự kết hợp của những nhân duyên nhất định. Khi những nhân duyên không còn nữa, sự vật hay hiện tượng đó cũng sẽ mất đi.

Do ý nghĩa này nên thực sự không hề có sự sinh ra hay diệt mất của sự vật, hiện tượng như cách nhìn thông thường chia cắt thực tại của chúng ta. Một bông hoa hiện hữu là do có sự hiện hữu của những điều kiện như mặt trời, không khí, nước tưới, phân bón... Bông hoa chưa từng thực sự sinh ra mà chỉ là kết quả sự hội tụ của những điều kiện nhân duyên khác. Tương tự như vậy, khi những điều kiện nhân duyên không còn đầy đủ, bông hoa sẽ không còn hiện hữu và ta gọi là mất đi. Nhưng thực ra cũng không có sự mất đi của bông hoa - vì nó chưa từng sinh ra - mà chỉ có sự tan rã của những điều kiện nhân duyên tương ứng.

Trong cách nhìn nhận thông thường của chúng ta về vũ trụ, cách hiểu như trên có vẻ như thật xa lạ. Nhưng nếu bạn càng suy xét kỹ, bạn sẽ càng thấy được tính hợp lý, xác thật của nó. Chính cách hiểu sai lệch về sự "*sinh ra*" và "*chết đi*" đã là nguyên nhân mang đến cho chúng ta vô vàn đau khổ. Chúng ta bám lấy những người thân yêu của mình và mong muốn họ sống mãi với chúng ta. Điều mong muốn vô lý ấy - và vì thế chẳng bao giờ có được - lại được xem là phù hợp với nhận thức của mọi người, với "*thế thái nhân tình*". Khi nhân duyên tan rã, người thân ấy không còn nữa và ta gọi đó là "*mất đi*". Vì không hiểu được đó chỉ là sự tan rã tất nhiên của những điều kiện nhân duyên, nên ta đau khổ, quằn quại và mong muốn cho sự thật thay đổi. Nhưng rõ ràng đó chỉ là một nhận thức và mong muốn hoàn toàn vô lý nên chẳng bao giờ đạt được. Chúng ta từ chối nhận biết sự thật theo đúng như nó đang diễn ra, và vì thế mà ta đau khổ!

Đối với vô số những vật sở hữu, tài sản của cải trong đời sống, chúng ta cũng luôn nhìn nhận, ôm giữ theo cách tương tự như thế. Trong rất nhiều điều kiện nhân duyên để một sự vật tồn tại thì sự đóng góp của ta chỉ là một phần nhỏ, nhưng ta luôn muốn quyết định sự việc, muốn ôm giữ mãi mãi những vật mình yêu thích. Và khi những điều kiện nhân duyên khác tan rã, sự vật không còn nữa thì chúng ta đau khổ, tiếc nuối...

Sự nhận biết và truyền dạy giáo pháp nhân duyên sinh của đức Phật là một cuộc cách mạng tư tưởng vĩ đại vào thời bấy giờ, và điều đó được nhận biết bởi tất cả những bậc trí thức đương đại. Khi ngài *Xá-lợi-phất* (*Śāriputra*) còn chưa gặp đức Phật, ngài là một đệ tử xuất sắc của ngoại đạo. Mặc dù vậy, ngài chưa bao giờ hài lòng với những giáo pháp đã học được từ vị thầy ngoại đạo. Ngài đã từng có giao ước với một người bạn chí thân là ngài *Mục-kiền-liên* (*Maudgalyāyana*), rằng nếu ai tìm được bậc minh sư thì sẽ lập tức giới thiệu với người kia biết để cùng theo học.

Một hôm, *Xá-lợi-phất* gặp một vị *tỳ-kheo* trên đường đi khất thực. Vị này tên là *A-thuyết-thị* (*Aśvajit*), là một trong những đệ tử của đức Phật. Nhìn thấy phong cách siêu việt thoát trần của vị *tỳ-kheo*, ngài biết ngay đây là một người đang tu tập theo đúng con đường giải thoát. Ngài liền hỏi *A-thuyết-thị* xem vị này đang theo học với ai. Vị *tỳ-kheo* chậm rãi trả lời bằng bốn câu kệ như sau:

若法因緣生,
法亦因緣滅 。
是生滅因緣,
佛大沙門說 。

Nhược pháp nhân duyên sinh,
Pháp diệc nhân duyên diệt.
Thị sinh diệt nhân duyên,
Phật Đại Sa-môn thuyết.

Tạm dịch:

Các pháp nhân duyên sinh,
Cũng theo nhân duyên diệt.
Nhân duyên sinh diệt này,
Do Đức Phật thuyết dạy.

Vừa nghe xong bài kệ, ngài *Xá-lợi-phất* biết ngay rằng mình đã gặp được bậc minh sư từ lâu mong đợi. Vì chỉ qua bốn câu kệ ngắn ngủi, ngài đã thấy được sự sụp đổ hoàn toàn của toàn bộ nền tảng giáo lý ngoại đạo. Không những thế, những niềm tin sâu xa về một đấng *Phạm thiên* hay *Thượng đế* toàn năng sáng tạo vũ trụ cũng hoàn toàn sụp đổ, bất chấp sự ngự trị của nó trong môi trường triết học và tín ngưỡng Ấn Độ từ bao nhiêu thế kỷ qua. Tất cả đều không thật có, chỉ có sự kết hợp và tan rã của các nhân duyên đã tạo nên sự thành hoại của mọi sự vật, hiện tượng trong vũ trụ!

Sau lần gặp gỡ đó, ngài *Xá-lợi-phất* đã cùng ngài *Mục-kiền-liên* tìm đến với đức Phật, và họ trở thành 2 trong số 10 vị Đại đệ tử kiệt xuất của đức Phật.

Nguyên lý duyên sinh hoàn toàn không phải do đức Phật nghĩ ra. Ngài chỉ là người đầu tiên nhận biết được nó và mô tả lại một cách chính xác, giúp chúng ta cũng có thể nhận ra được giống như ngài. Sự hình thành và tan rã của tất cả mọi sự vật, hiện tượng do nơi nhân duyên là một sự thật khách quan, và vì thế cho dù bất cứ ai cũng không thể phủ nhận được điều này.

Việc nhận hiểu sâu sắc về nguyên lý duyên sinh giúp chúng ta có một nhận thức khách quan và chính xác về thực tại, và do đó cũng dẫn đến những thái độ ứng xử khôn ngoan và chính xác. Nếu như bạn không thể nắm kéo một cây hoa lên vì muốn nó mau lớn, thì bạn cũng không thể tìm mọi cách níu giữ những gì bạn yêu thích để chúng được tồn tại mãi mãi. Cả hai việc này đều đi ngược với nguyên lý duyên sinh, nhưng việc thứ nhất bạn có thể dễ dàng hiểu được, trong khi việc thứ hai lại là sai lầm của đại đa số con người.

Điều kỳ lạ là, rất nhiều người trong chúng ta dành thời gian nghiên cứu, học hỏi về thuyết tương đối của *Albert Einstein* để có thể nhận biết chính xác hơn về thế giới vật chất quanh ta, nhưng lại ít người tìm hiểu về nguyên lý duyên sinh để có thể nhận biết một cách chính xác hơn về mọi sự vật, hiện tượng trong đời sống!

Khi bạn thấu triệt được nguyên lý duyên sinh, bạn sẽ có thể rèn luyện được khả năng nhận biết sự việc không giới hạn trong những gì nhìn thấy, mà luôn có sự mở rộng đến những gì tương quan. Hơn thế nữa, vì nguyên nhân sâu xa thực sự của vấn đề đã được nhận biết, nên bạn sẽ không còn bực tức hay oán giận đối với những nguyên nhân cạn cợt bên ngoài của sự việc. Mọi sự việc đều diễn ra theo tiến trình kết hợp các điều kiện nhân duyên, nên chúng ta không thể khởi tâm yêu ghét đối với một trong số các nhân duyên đó.

Nhờ nhận biết được tính chất duyên sinh của mọi sự vật, hiện tượng, chúng ta không còn cảm thấy khó chịu hay bực tức đối với mọi sự việc không tốt xảy đến cho mình, và cũng không còn say mê, tham đắm đối với những sự vật mà ta cho là tốt đẹp, đáng yêu. Điều đó mang lại cho ta một trạng thái tâm thức luôn bình thản và sáng suốt, luôn nhận biết và đón nhận mọi sự việc xảy đến cho mình một cách an nhiên tự tại. Đó chính là khả năng nhẫn nhục được gọi là "*đế sát pháp nhẫn*".

Trong mức độ nhẫn nhục này, thực ra cũng không có cả sự nhẫn chịu. Bởi vì mọi việc đều diễn ra do tiến trình kết hợp và tan rã của các nhân duyên, nên chúng ta chỉ nhận biết và an nhiên chấp nhận chứ không có gì gọi là chịu đựng. Khi một cảm giác đau đớn sinh khởi, ta nhận biết sự sinh khởi của nó do những nhân duyên nhất định, và biết rằng nó sẽ mất đi khi các nhân duyên không còn nữa. Vì thế, ta có thể an nhiên nhận biết sự tồn tại và qua đi của nó mà không có bất cứ sự bực tức, khó chịu hay oán hận nào cả. Và một sự chấp nhận hoàn toàn tự nhiên như thế không phải là một sự chịu đựng theo nghĩa đen của từ ngữ.

Đối với tất cả mọi trạng thái đau khổ hay những sự tổn hại do người khác gây ra, ta cũng đều có thể đón nhận theo cách tương tự như thế. Trong ý nghĩa này, chúng ta có thể thấy là *nại oán hại nhẫn* và *an thọ khổ nhẫn* đều đã được bao hàm trong đó.

Như đã nói, nguyên lý duyên sinh đưa đến nhận thức rằng mọi sự vật không hề thực có sự sinh ra và diệt mất. Vì thế, nguyên lý này cũng được gọi là *vô sinh* hay *vô sinh diệt*, và pháp nhẫn nhục đạt được do sự thấu triệt nguyên lý này cũng được gọi là *Vô sinh pháp nhẫn*.

Vô sinh pháp nhẫn cũng là quả vị chứng đắc đầu tiên của hàng Bồ Tát, khi mà mọi sự oán ghét, thù hận đều hoàn toàn tan biến, và vị Bồ Tát có thể sinh khởi tâm từ bi bình đẳng đối với tất cả chúng sinh.

Nhưng nói thật lòng, khi viết lại những dòng này theo ý nghĩa được đọc thấy trong kinh điển, tôi cũng không dám mong rằng sẽ có bạn đọc nào đó nhân nơi đây mà đạt đến mức độ *Vô sinh pháp nhẫn* của hàng Bồ Tát. Tuy nhiên, tôi thật sự có hy vọng và chân thành mong ước rằng tất cả chúng ta - các bạn và tôi - đều có thể nhận biết được sự chính xác và hợp lý trong những gì được mô tả ở đây, và vì thế mà có thể chấp nhận những điều này như một khuôn mẫu hướng đến trong sự học hỏi vươn lên hoàn thiện bản thân mình. Chỉ cần được như vậy thôi, chắc chắn bạn sẽ thấy rằng có rất nhiều vấn đề trước đây giờ bỗng nhiên không còn nghiêm trọng nữa, nhiều sự căng thẳng cũng không còn nữa, và nhất là sẽ có rất nhiều người quanh ta bỗng trở nên hiền hòa, dễ mến, hoặc ít ra cũng không còn đáng ghét như trước đây!

Công năng của nhẫn nhục

Khi chúng ta lần đầu đến thăm một vườn hoa, có lẽ ta nên dành một ít thời gian để nghe người giữ vườn giới thiệu sơ lược về những loài hoa trong vườn, chẳng hạn như về xuất xứ hoặc tính chất, những nét đặc biệt của một loài hoa nào đó... Tuy nhiên, sự giới thiệu này cũng không nên kéo dài quá lâu. Nếu không, người xem có thể sẽ cảm thấy nhàm chán và mất đi sự hứng thú khi thưởng ngoạn.

Tôi hy vọng là những giới thiệu vừa qua về loài hoa nhẫn nhục vẫn chưa đến mức làm cho bạn đọc nhàm chán. Tuy nhiên, tôi nghĩ đã đến lúc mời bạn trực tiếp ngắm nhìn loài hoa này qua những cọ xát trong thực tế đời sống, thay vì chỉ nghe nói về nó qua những lời dạy trong kinh điển.

Một trong những công năng quan trọng nhất của hạnh nhẫn nhục là có thể giúp chúng ta đối trị, chuyển hóa tâm sân hận. Và vì tâm sân hận là cội nguồn của vô số điều xấu ác, nên sự đối trị, chuyển hóa được nó tất yếu sẽ dẫn đến một cuộc sống an vui, tốt đẹp hơn.

Dân gian có câu tục ngữ "*Đốn củi ba năm thiêu một giờ*" để chỉ những hành vi dại dột, bốc đồng làm tiêu tan mọi sự tích lũy, gầy dựng trong nhiều ngày. Hầu hết, nếu không muốn nói là tất cả, những hành vi dại dột loại này đều xuất phát từ tâm sân hận. Chẳng thế mà đã có câu tục ngữ rằng: "*Nóng mất ngon, giận mất khôn.*"

Sự "*mất khôn*" này là hoàn toàn có thể tránh được nếu chúng ta biết đối trị, chuyển hóa cơn giận của mình ngay từ khi nó vừa sinh khởi. Và phương pháp hiệu quả nhất để làm việc này chính là thực hành hạnh nhẫn nhục.

Chúng ta còn nhớ, một trong ba yếu tố cấu thành hạnh nhẫn nhục chính là không khởi tâm giận tức. Vì thế, người thực hành nhẫn nhục luôn biết lưu ý kiểm soát tâm ý của mình để không khởi tâm tức giận trước bất cứ sự việc gì. Khi chúng ta tu tập "*nại oán hại nhẫn*", chúng ta không giận tức vì những tổn hại mà người khác gây ra cho mình. Khi chúng ta tu tập "*an thọ khổ nhẫn*", chúng ta không bực tức, giận dữ vì những đau đớn, khổ não mà mình đang phải chịu đựng. Và nếu chúng ta thực hành được "*đế sát pháp nhẫn*" hay "*vô sinh pháp nhẫn*" thì sẽ không còn có bất cứ sự việc, hiện tượng trái ý nào có thể làm cho tâm ta lay động, oán hờn.

Trong những năm khai khẩn đất hoang để trồng tỉa, tôi được biết đến một loài cây có tên gọi là *cỏ hôi*. Tuy được dân địa phương gọi là "*cỏ*", nhưng đây lại là một loài cây có thân cứng và khá lớn nếu sống được lâu năm. Đặc điểm của loài cây này đúng như tên gọi, mỗi khi chúng bị chặt phá hoặc thậm chí chỉ vạch ra để đi qua giữa hai bụi cây là có thể ngửi được mùi "*hôi*" của chúng lan tỏa khắp nơi. Nói là "*hôi*" nhưng thật ra đó chỉ là một thứ mùi như cỏ tươi bị ủ lại, hơi ngai ngái, và ngửi quen rồi lại thấy rất dễ chịu.

Cỏ hôi trổ hoa mỗi năm một lần vào mùa khô, trắng cả những cành cây. Hoa rất nhỏ và kết thành những hạt li ti còn nhỏ hơn nữa, rất khó nhìn thấy. Mỗi hạt nhỏ đều có những cánh trắng nhỏ xòe rộng và nhẹ như bông gòn, nên mỗi khi có một cơn gió nhẹ thổi qua thì chúng bay lên trắng xóa và được cuốn theo gió đi mãi thật xa, thật xa... Bằng cách đó, cỏ hôi được nhân giống ra khắp vùng rất nhanh chóng. Chúng lại mọc rất nhanh, nên mỗi khi có mảnh đất nào bỏ hoang trong vùng thì chỉ qua một mùa là đã thấy cỏ hôi mọc đầy, không còn bất cứ một loài cây cỏ nào khác chen vào được.

Loài hoa nhẫn nhục của chúng ta cũng có công năng tương tự như thế. Khi mảnh đất tâm ta được cày xới và gieo trồng hoa nhẫn nhục thì tất cả những hạt giống cỏ dại sân hận sẽ không còn có cơ hội để nảy sinh, phát triển. Người thực hành hạnh nhẫn nhục thì trong từng ý tưởng, từng hành vi đều có sự kiểm soát, theo dõi, không để cho những tâm niệm sân hận, xấu ác có cơ hội sinh khởi và phát triển. Vì thế mà việc thực hành nhẫn nhục chắc chắn là phương pháp hiệu quả nhất để đối trị, chuyển hóa tâm sân hận cũng như tất cả mọi tâm niệm xấu ác.

Tâm sân hận khi phát triển sẽ có khả năng giết chết mọi điều lành, làm tiêu tan tất cả những thiện nghiệp mà chúng ta dày công gầy dựng, tích lũy từ lâu đời. Chỉ cần trong một cơn nóng giận không kiềm chế, chúng ta sẽ có thể phạm vào bất cứ tội lỗi xấu ác nào mà trước đó ta thậm chí chưa từng dám nghĩ đến. Với sự thôi thúc, sai sử của tâm sân hận, việc phạm vào những điều xấu ác trở nên dễ dàng cũng giống như châm lửa vào một đống cỏ khô. Và sự phát triển của sự việc sau đó cũng tương tự như thế, nghĩa là chắc chắn sẽ bùng phát vượt ra ngoài tầm kiểm soát của chúng ta. Cho dù bạn có hối hận ngay khi đó thì cũng không còn kịp nữa!

Trong cuộc sống hằng ngày, những nguyên nhân thôi thúc chúng làm việc lành và ứng xử theo cách khôn ngoan, sáng suốt dường như rất ít, nhưng những nguyên nhân khơi dậy lòng sân hận và thôi thúc chúng ta hành xử một cách nóng nảy, hồ đồ lại rất nhiều. Chỉ cần một câu nói trái ý, một hành vi xúc phạm nhỏ nhặt, hoặc một sự tổn hại mà ai đó vô tình gây ra... đều có thể là những mồi lửa hiệu quả châm ngòi cho cơn giận của chúng ta. Ngoài ra còn có vô số những yếu tố có thể góp phần vào sự sinh khởi của lòng sân hận như sự mệt mỏi, căng thẳng vì công việc, tâm trạng không hài lòng khi sự việc không diễn ra như ý muốn, hoặc đôi khi còn là do sự thiếu sáng suốt, nhận hiểu sai lầm về sự việc...

Vì thế, việc thực hành nhẫn nhục có thể giúp ta ngăn chặn ngay từ đầu sự sinh khởi và phát triển của tâm sân hận. Khi thực hành nhẫn nhục thì mọi nguyên nhân khơi dậy lòng sân hận đều không còn tác dụng thôi thúc, kích động đối với ta, và mọi yếu tố góp phần trong tiến trình sinh khởi của nó cũng luôn được ta nhận biết, kiểm soát.

Công năng thứ hai của hạnh nhẫn nhục là duy trì sự sáng suốt, phát triển trí tuệ. Sở dĩ được như thế là vì sự thực hành nhẫn nhục luôn giúp ta giữ tâm bình thản an nhiên. Mà sự bình thản an nhiên chính là điều kiện tất yếu để duy trì sự sáng suốt và phát triển trí tuệ.

Trong thực tế, sự si mê hay thiếu hiểu biết của chúng ta thường bắt nguồn từ sự vọng động của tâm thức, bị lôi cuốn theo vô số những đối tượng của trần cảnh. Khi một ý tưởng bị cuốn hút và say đắm trong những âm thanh, hình sắc nào đó mà ta ưa thích thì những ý tưởng sinh khởi tiếp theo sau thường luôn bị dẫn dắt bởi chính ý tưởng đã sinh khởi trước đó. Vì thế, quá trình suy nghĩ, phán xét của chúng ta trở thành một chuỗi dài những suy nghĩ có định hướng, nên không còn sự khách quan, sáng suốt, do đó dễ dàng dẫn đến những hành vi ứng xử sai lầm, không hợp lý. Chẳng hạn, khi bạn ưa thích, say đắm một đối tượng nào đó thì bạn luôn có khuynh hướng suy nghĩ tốt về đối tượng đó, ngay cả khi những phân tích, suy xét của bạn không hoàn toàn hợp lý. Còn khi bạn rất mong muốn thực hiện một điều gì đó thì bạn luôn nghĩ ra những lý do - thường cũng là không hoàn toàn hợp lý - để biện minh cho việc làm của mình. Những cách suy nghĩ trong các trường hợp như vậy đều là thiếu sáng suốt, và vì thế không thể đưa đến những kết quả tốt đẹp trong đời sống.

Sự thực hành nhẫn nhục giữ cho chúng ta một tâm trạng an nhiên bình thản, bởi vì chúng ta luôn nhận biết và không để cho những đối tượng của trần cảnh lôi cuốn, lay động. Người thực hành nhẫn nhục chẳng những không khởi lên sự bực tức, oán hận đối với những người gây hại cho mình, mà cũng không sinh tâm ưa ghét đối với những lời khen chê của kẻ khác.

Đối với những lời chê bai, thường thì chúng ta không thể tiếp nhận một cách khách quan chỉ vì ta cảm thấy bị xúc phạm, bị tổn hại, cho dù thực tế chưa hẳn đã là như vậy. Rất nhiều sự góp ý thẳng thắn - mà chúng ta xem là chê bai - có thể là những bài học quý giá giúp ta hoàn thiện bản thân mình. Nhưng nếu trong tâm trạng bực tức, oán hận, chúng ta không thể nào nhận ra được những điểm hợp lý trong sự "*chê bai*" đó. Vì thế, ta chỉ có khuynh hướng phản kháng thay vì là tiếp thu.

Khi thực hành nhẫn nhục, chúng ta không sinh tâm bực tức đối với mọi sự xúc phạm của người khác, vì thế giữ được tâm trạng thản nhiên trước những lời chê bai. Chính nhờ đó ta mới có thể sáng suốt nhận ra những điểm đúng sai trong sự góp ý của người khác để tiếp thu một cách thật khách quan.

Những ngôn từ chê bai hoặc thậm chí phỉ báng, lăng mạ cũng là một hình thức gây tổn thương về mặt tinh thần.

Khi hiểu được như vậy, chúng ta sẽ chấp nhận những điều này mà không khởi tâm bực tức, oán hận. Nhờ đó, chúng chỉ có thể mang lại lợi ích - vì giúp ta hoàn thiện những điểm thiếu sót, sai trái - mà không thể gây tổn hại cho ta. Điều này cũng tương tự như khi một lưỡi dao chém xuống nước, không thể gây ra tác hại gì cả. Nhưng nếu có bất cứ một vật cản nào trên đường đi của nó, nó sẽ lập tức gây tổn hại cho vật ấy. Nếu chúng ta giữ tâm thản nhiên bất động trước những lời chê bai, phỉ báng, thì chúng không thể làm tổn hại đến ta. Ngược lại, nếu ta khởi tâm bực tức, oán ghét, thì chúng sẽ trở thành những liều thuốc độc gây tổn hại nặng nề cho thân tâm chúng ta.

Vào thời đức Phật, nhiều kẻ ngoại đạo rất oán hận ngài, vì những lời dạy của ngài soi sáng chân lý khiến cho số người mê muội tin theo họ bị giảm đi nhanh chóng. Có lần, một số ngoại đạo kéo đến chặn ngài trên đường đi và dùng hết mọi lời cay độc để phỉ báng, lăng mạ ngài. Ngài vẫn thản nhiên như không có việc gì xảy ra. Sau khi những kẻ ấy đã dứt lời, ngài hỏi lại: "*Này các ông, nếu các ông mang quà biếu đến cho ai đó mà người ấy không nhận, các ông sẽ làm gì?*" Bọn ngoại đạo đáp: "*Còn phải hỏi sao? Tất nhiên là chúng ta sẽ mang về.*" Đức Phật từ tốn nói: "*Cũng vậy, hôm nay ta không hề nhận lấy những lời của các ông. Vậy chúng vẫn còn là của các ông và các ông có thể mang về.*"

Cách ứng xử khéo léo như vậy đã hóa giải hoàn toàn mọi ác ý của bọn ngoại đạo. Hơn nữa, họ còn sinh tâm cảm phục trước nhân cách vĩ đại của ngài, vì họ chưa từng thấy ai trong đời có thể giữ được tâm thản nhiên bất động khi bị người khác phỉ báng, lăng mạ rất cay độc như thế.

Không chỉ là những lời chê bai, phỉ báng, mà ngay cả những lời ngợi khen, ca tụng cũng là nguyên nhân làm che mờ trí tuệ, làm mất đi sự sáng suốt của chúng ta. Sở dĩ như thế là vì khi ta khởi tâm vui mừng, thích thú trước những lời ngợi khen, ca tụng, ta sẽ không còn giữ được sự an nhiên bất động nữa. Và vì thế, mọi sự suy nghĩ, phán xét của chúng ta trong lúc đó đều trở nên thiếu sự khách quan, sáng suốt. Người thực hành nhẫn nhục không chỉ giữ tâm bình thản trước những lời chê bai phỉ báng, mà ngay cả đối với những lời ngợi khen ca tụng cũng không để tâm mình phấn khích, xao động.

Tình cờ trong tập sách bằng Anh ngữ của một số tác giả phương Tây,[1] tôi đọc được một đoạn ghi chép rất ấn tượng về đức *Đạt-lai Lạt-ma*. Hạnh nhẫn nhục của ngài được thể hiện một cách vô cùng sinh động và đáng kính phục trong trường hợp này.

Vào ngày 5 tháng 10 năm 1989, một hội nghị khoa học quan trọng được tổ chức tại *Newport Beach*, *California* với sự tham gia của một số các nhà khoa học hàng đầu ở phương Tây về các lãnh vực thần kinh học, tâm lý học và đức *Đạt-lai Lạt-ma* thứ 14. Hội nghị mang tên *Mind and Life Conference*, nằm trong một loạt các hội nghị khoa học với cùng chủ đề, nhằm trình bày và trao đổi những kiến thức khoa học hiện đại của phương Tây với những nhận thức của Phật giáo về sự phát triển tâm thức, tinh thần và trí tuệ. Đức *Đạt-lai Lạt-ma* được mời tham dự với tư cách một đại biểu cho Phật giáo Tây Tạng nói riêng và Phật giáo nói chung. Nói một cách chính xác hơn, ngài được xem là thành phần chính của các hội nghị này, khi các nhà khoa học phương Tây chủ động tổ chức và mời ngài tham dự để được nghe chính ngài trình bày và giải thích về những

[1] Đây là quyển Consciousness at the Crossroads của Zara Houshmand, Robert B. Livingston và B. Alan Wallace, ấn bản của Snow Lion Publications, Ithaca, Newyork - 1999.

điều liên quan đến tâm thức con người mà họ không thể nào hiểu nổi khi tìm hiểu qua các ghi chép trong kinh điển.

Vào buổi sáng hôm khai mạc hội nghị, khi trời còn chưa sáng rõ thì đức *Đạt-lai Lạt-ma* nhận được một cuộc điện thoại từ *Oslo* thông báo rằng ngài đã chính thức được chọn trao giải *Nobel Hòa bình* của năm 1989. Đây là một tin tức cực kỳ quan trọng đối với ngài cũng như tất cả những người Tây Tạng đang sống ở khắp nơi trên thế giới, vì nó được xem như một sự thừa nhận chính thức của cả cộng đồng quốc tế đối với những nỗ lực hòa bình của ngài và nhân dân Tây Tạng trong suốt nhiều năm qua. Ngay sau cuộc điện thoại báo tin ấy là hàng loạt những cuộc điện thoại khác từ các cơ quan truyền thông, báo chí, các hãng truyền thanh, truyền hình... Tất cả đều muốn nhận được một lời nào đó của ngài ngay sau khi được tin chính thức là ngài sẽ được trao giải *Nobel Hòa bình*.

Nhưng đức *Đạt-lai Lạt-ma* quyết định không để sự kiện bất ngờ này làm thay đổi lịch trình làm việc đã định trước. Ngài thông báo là hội nghị vẫn sẽ khai mạc đúng 7 giờ sáng như đã định. Và quả thật ngài đã xuất hiện đúng giờ tại phòng hội nghị trước sự ngạc nhiên của tất cả mọi người. Vẻ mặt ngài không biểu lộ bất cứ một sự xúc động hay phấn khích khác lạ nào. Vẫn là một nụ cười hiền hòa và cởi mở như mọi ngày mà bất cứ ai cũng có thể nhận ra ngay trong lần đầu tiên được tiếp xúc với ngài.

Khoa học gia *Robert Livingston*, một trong những người đồng tổ chức hội nghị, đã phát biểu chúc mừng ngài về việc nhận được giải *Nobel Hòa bình*, một trong những giải thưởng cao quý nhất hiện nay trên toàn thế giới. Đức *Đạt-lai Lạt-ma* tiếp tục gây ngạc nhiên cho mọi người khi từ tốn đáp rằng, mọi người không nên xem giải thưởng này là sự công nhận bất cứ phẩm chất tốt đẹp nào nơi cá nhân ngài, mà nên hiểu rằng đây là sự công nhận rất quan trọng của cộng đồng thế giới đối với chủ trương bất bạo động mà ngài và nhiều người khác đang theo đuổi thực hiện.

Những trao đổi tiếp theo bên ngoài hành lang vào những giờ nghỉ giải lao trong ngày hôm đó cho thấy rằng chính những người trợ lý thân cận được gần gũi tiếp xúc hằng ngày với đức *Đạt-lai Lạt-ma* cũng hoàn toàn ngạc nhiên trước sự thản nhiên bất động của ngài trước sự kiện cực kỳ quan trọng này - vì chính họ mới là những người biết rõ rằng ngài hoàn toàn không có một sự thay đổi khác biệt nào trong mọi biểu hiện ứng xử so với thường nhật.

Hầu hết chúng ta đều có thể dễ dàng nhận ra đây là một việc không dễ dàng chút nào, trừ khi ta đã có một sự tu tập dài lâu và vững chãi. Trong cuộc sống đời thường, mỗi một lời ngợi khen hay sự chê bai đều dễ dàng làm ta thay đổi tâm trạng, hoặc ưa thích, hoặc bực tức, hoặc vui, hoặc buồn... Và những thay đổi liên tục như thế luôn khiến cho ta mất đi sự sáng suốt, làm che mờ trí tuệ của chúng ta, dẫn đến những quyết định hoặc cách ứng xử sai lầm hoặc thiếu sự khôn ngoan. Việc thực hành nhẫn nhục sẽ giúp chúng ta nhận ra và khắc phục dần dần những sự xáo trộn như thế.

Công năng thứ ba của hạnh nhẫn nhục là có thể giúp chúng ta hóa giải mọi sự oán thù, hiềm khích. Khi thực hành nhẫn nhục, điều tất nhiên là chúng ta ngăn chặn được sự kết thành thù oán với người khác, vì một trong ba yếu tố của hạnh nhẫn nhục là "*bất kết oán*". Tuy nhiên, hạnh nhẫn nhục không chỉ ngăn chặn những sự oán thù chưa sinh khởi, mà còn có thể giúp chúng ta hóa giải được cả những mối oán thù đã sinh ra vì bất cứ nguyên nhân nào trước đó.

Có rất nhiều trường hợp trong cuộc sống mà sự oán thù của kẻ khác đối với chúng ta được sinh ra một cách không mong muốn. Nhiều khi sự vô tình hoặc sai sót trong công việc của ta có thể dẫn đến những thiệt hại hoặc gây tổn thương cho người khác. Trong số những người này, không phải ai cũng dễ dàng tha thứ cho ta. Nhiều người do tâm sân hận mà không thể chấp nhận bất cứ hình thức hối lỗi nào của người khác, và vì thế họ âm thầm nuôi dưỡng sự thù oán đối với kẻ đã gây hại cho mình.

Trong một số trường hợp khác, sự việc vốn có thể đã bị hiểu lầm theo một hướng khác đi so với thực tế, nhưng vì đối phương chẳng bao giờ công khai bày tỏ những suy nghĩ oán trách của họ nên chúng ta cũng chẳng có cơ hội nào để giải thích hoặc tạo sự thông cảm...

Mặt khác, có những va chạm nhất định trong cuộc sống là không thể tránh được, nhưng một số người do sự cố chấp và thiếu hiểu biết nên có thể cho rằng đó là những sự xúc phạm đối với họ. Một bệnh nhân đến phòng khám của bệnh viện và phải chờ đợi rất lâu mới được phục vụ. Anh ta có thể sinh lòng bực tức, mặc dù sự chờ đợi của anh ta là không thể tránh khỏi. Có rất nhiều người đã đến trước anh ta, và vì thế họ phải được phục vụ trước.

Khi chúng ta phải thực hiện những công việc có liên quan đến nhiều người thì những sự bực tức đối với ta theo kiểu này là rất thường xảy ra. Khi sự bực tức như thế gia tăng đến một mức độ nào đó, những kẻ có suy nghĩ thiếu sáng suốt kia cũng có thể tự họ kết thành một mối hiềm khích, oán giận đối với chúng ta.

Nói tóm lại, ngay cả khi chúng ta luôn nỗ lực thực hành nhẫn nhục và ngăn chặn được mọi trường hợp kết oán với người khác, thì ta cũng không tránh khỏi một số những trường hợp bị người khác giận ghét, oán hận. Trong những trường hợp này, việc kiên trì thực hành nhẫn nhục sẽ có công năng giúp ta hóa giải được những mối hiềm khích, thù oán như vậy.

Khi một người nào đó giận ghét ta, điều tất nhiên là họ sẽ ôm ấp trong lòng sự giận ghét đó để chờ đợi bất cứ cơ hội thuận tiện nào có thể gây tổn hại cho ta. Đối với những sự tổn hại đó, nếu chúng ta có thể giữ được hạnh nhẫn nhục, sẵn lòng chấp nhận và tha thứ mà không sinh tâm bực tức, oán hận, thì chắc chắn những mối oán thù kia sẽ dần dần được hóa giải, hoặc ít ra thì ngay trong hiện tại nó cũng không có được cơ hội để phát triển sâu đậm hơn nữa.

Vào đầu thế kỷ 13, đại sư *Karma Pakshi* là vị Tổ thứ hai của dòng *Karma Kagyu* (*Cát-mã Ca-nhĩ-cư*) tại Tây Tạng. Bấy giờ, khi *Hốt-tất-liệt*, cháu nội của *Thành-cát-tư-hãn* còn là một vị hoàng tử, đã có lời thỉnh cầu ngài đến Mông Cổ truyền pháp. Đại sư *Karma Pakshi* nhận lời thỉnh cầu và đến truyền pháp tại triều đình Mông Cổ. Ngài cảm hóa được rất nhiều người tin theo Phật pháp, và ngay cả *Hốt-tất-liệt* cũng hết lòng tôn kính ngài. *Hốt-tất-liệt* đã thỉnh cầu ngài lưu lại giáo hóa tại triều đình Mông Cổ, nhưng xét thấy cơ duyên chưa thích hợp, ngài đã từ chối. Điều này khiến cho *Hốt-tất-liệt* hết sức không hài lòng.

Rời khỏi triều đình Mông Cổ, đại sư *Karma Pakshi* tiếp tục vân du hoằng hóa nhiều nơi trên khắp lãnh thổ Tây Tạng, Trung Hoa và Mông Cổ. Sau đó, Đại Hãn Mông Cổ là *Mangu* lại thỉnh cầu ngài trở lại triều đình Mông Cổ để giáo hóa. Ngài nhận lời, và sau đó còn ở lại rất lâu để truyền pháp cho ông này. Thật ra, ngài đã quán chiếu thấy được rằng trong tiền thân trước đây *Mangu* từng là một đệ tử của ngài. Do nhân duyên ấy, ngài lại tiếp tục giáo hóa ông ta trong đời này.

Sau đó, đại sư *Karma Pakshi* lên đường trở về Tây Tạng. Trong khi ngài còn đang trên đường đi thì Đại Hãn *Mangu* qua đời vào năm 1260 và *Hốt-tất-liệt* trở thành người kế vị cai trị Mông Cổ. Ngay khi vừa lên ngôi, *Hốt-tất-liệt* đã nhớ ngay đến việc ngài từ chối lời thỉnh cầu của ông ta trước đây nhưng sau đó lại nhiệt tình chấp nhận lời thỉnh cầu của *Mangu*. Qua sự việc như vậy, vị Đại Hãn mới lên ngôi cho rằng mình đã bị khinh thường và xúc phạm. Vì thế, ông lập tức ra lệnh cho quân lính truy bắt đại sư *Karma Pakshi* đưa về triều đình.

Mặc dù vậy, bao nhiêu toán quân được phái đi đều không thực hiện được mệnh lệnh của *Hốt-tất-liệt*. Vì đại sư *Karma Pakshi* là người tinh thông mọi pháp môn của Mật giáo Tây Tạng, có thể hiển lộ rất nhiều phép thần thông siêu việt, và những quân lính tầm thường dù nỗ lực đến đâu cũng không làm sao bắt được ngài. Có một lần, họ phát hiện được nơi ngài trú ngụ và điều động một đoàn quân đông đến 37.000 người, vây chặt quanh cả khu vực đó. Ngài vẫn thản nhiên ngồi trì chú như không có việc gì xảy ra, trong khi quân lính ngày càng tiến đến gần hơn. Bỗng nhiên xuất hiện một cơn giá rét cực kỳ khác thường, và trong khi ngài vẫn an nhiên trong tư thế thiền định thì cả đoàn quân đông đảo kia bị lạnh đến mức tê cóng cả thân hình, không thể cử động gì được. Một lúc lâu sau, cơn lạnh qua đi và mọi người bắt đầu cử động được, nhưng tất cả đều khiếp sợ đến nỗi quay đầu bỏ chạy thẳng, không còn ai dám nghĩ đến việc bắt giữ ngài.

Nhưng rồi sau đó, chính đại sư *Karma Pakshi* lại chủ động tìm đến với những toán quân của *Hốt-tất-liệt* và cho phép họ bắt giải ngài về triều đình. Mặc dù không dám làm gì ngài, nhưng vì sợ mệnh lệnh của Đại Hãn nên họ cũng đánh liều nhốt ngài vào một cái cũi sắt rồi đưa về triều đình. Trong khi đi đường, ngài vẫn thản nhiên ngồi tĩnh tọa ngay trong cũi sắt, xem như không có chuyện gì xảy ra với mình cả.

Khi được nghe các tướng lãnh và binh sĩ kể lại những sự việc kỳ lạ trong khi truy bắt ngài, cũng như việc ngài tự nguyện để cho họ bắt giải về triều đình, lòng giận hờn của *Hốt-tất-liệt* bỗng nhiên tan biến. Ông thay đổi thái độ, đối xử hết sức cung kính với vị đại sư và còn thỉnh cầu ngài chỉ dạy cho những điều tốt đẹp.

Chính sự nhẫn nhục không đối kháng của đại sư *Karma Pakshi* đã là nhân tố quan trọng trong việc cảm hóa tâm sân hận của *Hốt-tất-liệt*, giúp hóa giải được mối oán hờn trong lòng vị Đại Hãn này. Nếu đại sư cứ bỏ mặc ông ta mà trở về Tây Tạng, thì có lẽ mối oán hận ấy sẽ ngày càng được nuôi lớn hơn trong lòng ông ta mà không thể được hóa giải.

Trong cuộc sống có không ít trường hợp ta phải đối mặt với những oán hờn do người khác đơn phương tạo ra, do hiểu lầm hoặc do si mê, sân hận, thiếu sự hiểu biết và cảm thông. Nếu ta thực sự có thể khởi tâm thương xót đối với những sai lầm của họ và kiên trì thực hành hạnh nhẫn nhục, ngay cả khi họ đang cố ý gây tổn hại cho ta, thì chắc chắn sẽ có lúc những người ấy được cảm hóa và thay đổi, cũng như những mối oán hờn kia rồi sẽ được hóa giải. Nhưng ngay cả khi những điều tốt đẹp như thế chưa xảy ra thì cách ứng xử như ta đã chọn cũng sẽ bảo vệ chính bản thân ta không lún sâu vào con đường sân hận và thù oán.

Trong kinh Pháp cú, ở kệ số 5, đức Phật dạy:

Không hận diệt hận thù,
Là định luật ngàn xưa.

Lấy "*không hận*" để hóa giải hận thù, điều đó không phải gì khác hơn mà chính là công năng của hạnh nhẫn nhục.

Công năng thứ tư của hạnh nhẫn nhục là giúp chúng ta loại bỏ được sự hối hả không cần thiết trong đời sống. Chính nhờ đó mà chúng ta có thể sử dụng thời gian quý giá trong đời sống này một cách hợp lý và hiệu quả hơn. Đây là một trong những điều kiện thiết yếu để nâng cao chất lượng cuộc sống, khiến cho đời sống của chúng ta được trở nên có ý nghĩa hơn và an vui, hạnh phúc hơn.

Thói quen phổ biến đối với đa số chúng ta là luôn cảm thấy sự việc tiến triển chậm hơn sự mong muốn của mình. Thói quen này biểu lộ ở hầu hết mọi hành vi cũng như suy nghĩ của chúng ta. Dù làm bất cứ việc gì, ngay cả khi có thể hoàn tất sớm hơn dự tính, ta vẫn có cảm giác mong muốn cho sự việc diễn ra nhanh hơn nữa, hoàn tất sớm hơn nữa. Khuynh hướng này xuất phát từ một nguyên nhân chung là những việc ta muốn làm bao giờ cũng *nhiều hơn* - thậm chí *quá nhiều hơn* - so với những việc mà ta *thực sự làm được*.

Nhưng nếu chúng ta bình tâm suy xét lại thì sẽ thấy rằng khuynh hướng nôn nóng, hối hả như trên chẳng bao giờ mang lại cho ta bất cứ lợi ích nào. Bởi vì sự việc chỉ có thể hoàn tất sớm hơn nhờ vào sự nỗ lực tích cực của ta chứ không phải do nơi tâm trạng nôn nóng, hối hả. Sự hối hả thậm chí còn có tác dụng ngược lại, khiến cho ta không thể phát huy được một cách tối ưu khả năng thật có của mình.

Nhưng đó là một khuynh hướng có thật. Bạn có thể dễ dàng nhận ra khuynh hướng này ở chính mình cũng như ở người khác vào những lúc phải dừng xe nơi ngã tư vì đèn đỏ chẳng hạn. Hàng trăm chiếc xe lớn nhỏ dường như luôn ở trong tư thế sẵn sàng phóng tới, và hàng trăm người lái xe đều như đang ở trong tâm trạng của các tay đua ở vạch xuất phát. Tiếng động cơ gầm rú nôn nóng, và tư thế nhấp nhỏm, vội vàng của tất cả những người lái xe... Trong số ấy lẽ nào không có lấy dù chỉ một người thong thả? Lẽ nào tất cả mọi người đều đang bị trễ giờ? Và tâm trạng của chính bản thân bạn là thế nào?

Sự thật là, ngay cả khi chẳng có gì gấp rút thì hầu hết chúng ta cũng đều muốn phóng xe vọt tới ngay trong những giây đầu tiên khi đèn xanh bật sáng. Điều đó nói lên tâm trạng hối hả đã trở thành một thói quen ăn sâu vào tâm thức mỗi chúng ta, và ta luôn ứng xử theo cách như vậy trong cuộc sống, cũng tương tự như khi ta hít thở khí trời, nghĩa là hoàn toàn như một phản xạ tự nhiên.

Mặc dù nguyên nhân chủ yếu của khuynh hướng hối hả là do cảm giác không thực hiện được hết những điều mong muốn, nhưng môi trường sinh hoạt xã hội cũng góp phần tác động không nhỏ đến sự phát triển khuynh hướng này nơi mỗi người chúng ta. Một mặt, sự hối hả của những người quanh ta khiến cho ta cũng cảm thấy bị thôi thúc; mặt khác, sự phát triển nhanh chóng của các phương tiện làm việc càng khiến cho chúng ta cảm thấy tốc độ xử lý công việc của bản thân mình dường như chậm lại, không đạt được như mong muốn.

Chúng ta thử nhớ lại khoảng 30 năm trước đây, khi phương tiện giao thông vẫn còn chưa được phát triển mạnh mẽ như bây giờ. Một viên chức thông thường đi đến sở làm bằng xe đạp phải mất khoảng 1 giờ chẳng hạn. Cũng đoạn đường này, ngày nay chúng ta chỉ mất khoảng từ 15 đến 20 phút mà thôi. Như vậy là tiết kiệm được đến khoảng 40 phút! Nhưng chúng ta không thể dùng khoảng thời gian tiết kiệm được này vào bất cứ việc gì cả, thậm chí là chúng ta còn thực sự không hề nhận biết được nó! Thời biểu công việc hằng ngày của ta vẫn bận rộn, mà thậm chí còn bận rộn hơn cả trước đây. Vì sao vậy? Đó là vì, trong khi ta có khả năng thực hiện công việc nhanh hơn thì nhu cầu thúc bách của những công việc quanh ta lại càng gấp rút hơn nữa, đến nỗi chúng ta bao giờ cũng giống như đang trong một cuộc chạy đua với chiếc bóng phía trước của chính mình!

Một ví dụ khác rõ nét hơn là khi ta so sánh công việc của những người kế toán hiện đại với đồng nghiệp của họ cách đây hơn 30 năm. Khi phải sử dụng những chiếc bàn tính cũ kỹ, chậm chạp và mọi kết quả đều phải được hí hoái ghi chép bằng tay vào những cuốn sổ to dày cộm thì điều tất yếu là khối lượng công việc được giải quyết trong một ngày thật không đáng là bao! So với ngày nay, tất cả dữ liệu đều được đưa vào máy tính, và chỉ một đĩa CD-ROM đặt trong lòng bàn tay đã có thể chứa được toàn bộ những số liệu thu thập trong nhiều năm của một doanh nghiệp. Mặt khác, mọi tính toán đều được máy vi tính thực hiện và cập nhật hoàn toàn tự động, có thể theo sát mọi diễn biến trên thị trường một cách nhanh chóng và chính xác. Nếu làm một phép tính nhỏ để so sánh về khối lượng công việc và thời gian, chúng ta hẳn phải cho rằng người kế toán hiện đại chỉ cần làm việc mỗi ngày tối đa khoảng chừng một giờ đồng hồ mà thôi!

Nhưng sự thật hoàn toàn ngược lại. Ngay cả với sự hỗ trợ của những chiếc máy vi tính đời mới nhất có tốc độ "*xé gió*", thì người kế toán ngày nay vẫn phải vùi đầu trong công việc, thậm chí còn bận rộn hơn cả những đồng nghiệp của họ trước đây. Vì sao vậy? Vì sự phát triển về mọi mặt của các doanh nghiệp dẫn đến gia tăng khối lượng công việc cần xử lý, và điều đó còn nhanh hơn cả sự "*tăng tốc*" trong công việc của họ.

Mặt khác, con người ngày nay hầu như phải chịu sự trói buộc với công việc ở "*mọi lúc mọi nơi*". Ngày xưa, khi quay lưng rời khỏi văn phòng là bạn có thể tạm gác lại tất cả mọi công việc cho đến giờ làm việc ngày hôm sau. Ngày nay, khi đang dùng cơm ở gia đình hoặc thậm chí đang xem phim, nghe nhạc, bạn vẫn không thể hoàn toàn buông bỏ công việc vì có những cuộc điện thoại di động gọi đến từ khách hàng, từ đồng nghiệp hoặc từ chính "*sếp*" của bạn. Tất cả những điều đó đều góp phần làm cho cuộc sống của chúng ta ngày càng căng thẳng hơn, hối hả hơn.

Nhưng sự thật thì tâm trạng hối hả chẳng bao giờ có lợi cho ta, cả về vật chất lẫn tinh thần. Nhìn bề ngoài thì dường như sự hối hả có tác dụng thúc đẩy công việc, giúp ta bắt kịp sự phát triển nhanh chóng quanh ta. Tuy nhiên, sự thật hoàn toàn không phải như vậy. Mong muốn thực hiện công việc nhanh hơn và thực sự có thể thực hiện nhanh hơn là hai vấn đề hoàn toàn khác nhau. Trong một tâm trạng nôn nóng, hối hả, bạn không bao giờ có thể đạt được sự bình tĩnh và sáng suốt cần thiết để phát huy tối đa khả năng thật có của bản thân mình. Vì thế, ngay cả khi bạn có cảm giác là đã cố gắng hết sức, thì thật ra bạn vẫn còn có thể thực hiện công việc một cách tốt hơn, nhanh hơn nếu như bạn loại bỏ được tâm trạng hối hả, nôn nóng.

Khuynh hướng sai lầm mà chúng ta vừa đề cập không chỉ tác động đến người lớn, mà hiện đang phổ biến đến mức tác động cả vào môi trường giáo dục, học tập của các em nhỏ. Nếu bạn quan sát thời biểu "*học thêm*" của bất kỳ một em học sinh nào đó một cách khách quan, bạn có thể sẽ hết sức ngạc nhiên vì sức "*làm việc*" ghê gớm ở độ tuổi các em. Và ngay cả những gì các em phải tiếp thu ở nhà trường cũng đã đòi hỏi một sự nỗ lực học tập cực kỳ căng thẳng. Khi tôi vẫn còn dạy Anh ngữ, tôi thường thấy có nhiều học sinh đến lớp với vẻ mặt bơ phờ, thiếu ngủ. Những lúc ấy, tôi thường gác lại mọi bài giảng và thay vào đó sẽ kể cho các em nghe những mẩu chuyện vui nho nhỏ, để rồi từ đó rút ra một vài cấu trúc mới hoặc ôn lại một số cấu trúc đã học. Mặc dù có thể là các em được học ít hơn, nhưng rõ ràng là buổi học ấy có hiệu quả hơn. Bởi vì trong tâm trạng mệt mỏi thì chắc chắn các em không thể tiếp nhận tốt những bài giảng dài và khó.

Nhiều bậc cha mẹ không hiểu được điều này, họ nôn nóng muốn cho con em mình được học "*càng nhiều càng tốt*" nhưng không biết rằng điều đó không thực sự tốt cho các em. Khi các em không được học tập trong một tâm trạng thoải mái mà phải luôn cố sức chạy đua với thời gian thì sự tiếp thu thực sự của các em sẽ không bao giờ đạt được đến mức tối ưu.

Khi bạn có thể phân biệt rõ giữa sự nỗ lực tích cực để thực hiện công việc tốt hơn và sự nôn nóng, hối hả trong công việc, bạn sẽ thấy được rằng sự nôn nóng chỉ làm cho bạn căng thẳng hơn và giảm sút khả năng thực hiện tốt công việc. Ngược lại, khi bạn có thể nỗ lực tích cực trong một tâm trạng bình thản, bạn mới có thể phát huy được tối đa khả năng thật có của bản thân mình. Chính ở nơi đây mà sự thực hành nhẫn nhục sẽ phát huy tác dụng, bởi vì nó luôn có công năng giúp bạn loại bỏ sự hối hả, nôn nóng không cần thiết.

Khi thực hành nhẫn nhục, bạn sẽ có khả năng dừng lại một chút để quan sát từng sự việc đang diễn ra một cách khách quan, đúng thật, thay vì bị cuốn hút vào những thôi thúc của môi trường chung quanh.

Thông thường, khi phải dừng lại quá lâu ở những trụ đèn đỏ, chúng ta thường cảm thấy bực dọc, khó chịu. Nhưng khi thực hành nhẫn nhục, thay vì khởi tâm bực tức, ta sẽ dừng lại một chút để suy xét về sự việc và nhận ra ngay sự vô lý của mình. Những phút dừng lại ở đèn đỏ là tất yếu để duy trì trật tự giao thông, và mọi người ai ai cũng tuân thủ chứ không chỉ riêng mình ta. Vậy thì vì sao ta lại khởi tâm bực tức? Sự suy xét này giúp ta nhận thức đúng vấn đề và do đó cũng đồng thời loại bỏ được sự nôn nóng, hối hả không cần thiết. Ta sẽ trở nên kiên nhẫn hơn, có thể giữ được sự bình thản trong những giây phút chờ đợi, và nhờ đó ta có thể điều khiển xe tốt hơn khi đèn xanh bật sáng.

Sự chờ đợi còn là tất yếu trong vô số trường hợp khác, và vì thế mà sự thực hành nhẫn nhục sẽ giúp ta ứng xử hợp lý hơn, kiên nhẫn hơn trong mọi trường hợp. Với tâm bình thản không nôn nóng, ta sẽ có thể thực hiện mọi công việc một cách tốt hơn, theo đúng với khả năng thật có của mình. Hơn thế nữa, vì không khởi tâm bực tức, khó chịu trong những trường hợp ấy nên ta cũng không bị chi phối bởi tâm trạng tiêu cực, nhờ đó mà luôn có được sự vui vẻ, thoải mái trong công việc.

Khi bạn thực hành nhẫn nhục thì những công năng tự nhiên của nó sẽ bắt đầu phát huy tác dụng một cách tự nhiên. Tâm sân hận từ lâu đời sẽ dần dần được chuyển hóa, thay vào đó là sự phát triển của tâm từ bi, sự cảm thông và tha thứ. Sự sáng suốt của tâm trí được duy trì và phát triển, vững vàng bất động trước mọi tình huống chê bai hay khen ngợi, thành công hay thất bại. Mọi sự oán hận, thù hiềm của người khác đối với ta cũng dần dần được hóa giải, tạo ra môi trường sống an lành, hòa hợp hơn. Và cuối cùng, mọi sự vọng động, hối hả chạy theo trần cảnh cũng sẽ được khắc chế, tạo ra một tâm trạng bình thản và an ổn trong mọi tình huống giao tiếp, ứng xử.

Những công năng tự nhiên của nhẫn nhục thật ra cũng là hàm chứa trong nhau và đồng thời phát huy tác dụng. Chẳng hạn, nhờ có sự chuyển hóa tâm sân hận mới có được sự sáng suốt, nhờ có sự sáng suốt mới có thể dùng sự nhẫn chịu và tha thứ để hóa giải hận thù, nhờ có sự hóa giải mọi hận thù mới có thể sống trong tâm trạng bình thản và an ổn. Tuy nhiên, cũng tùy theo mỗi hoàn cảnh ứng xử nhất định mà một trong những công năng có thể phát huy tác dụng mạnh mẽ hơn để giúp ta chuyển hóa tình trạng ấy theo hướng tốt đẹp hơn.

Trong những phần tiếp theo đây, chúng ta sẽ thử bàn qua về tác dụng cụ thể của hạnh nhẫn nhục trong đời sống hằng ngày.

Chuyển hóa hay kiềm chế?

Như đã nói, trong một số trường hợp thì sự nhẫn chịu của chúng ta cũng mang lại những kết quả lợi ích lớn lao, tốt đẹp, nhưng chưa thực sự được gọi là nhẫn nhục. Chúng ta cần lưu ý đến sự khác biệt cơ bản giữa những trường hợp khác nhau này. Cho dù nhìn bề ngoài thì chúng có vẻ như không có gì khác biệt với nhau, nhưng khi phân tích tác động của chúng trong nội tâm thì ta sẽ thấy được sự khác biệt rất lớn.

Chẳng hạn, khi bạn ham thích một chiếc xe gắn máy đời mới và dự tính sẽ dùng trọn số tiền dành dụm của mình để mua. Nhưng khi suy nghĩ kỹ, bạn nhớ đến rất nhiều nhu cầu thiết yếu khác của gia đình vẫn còn chưa được đáp ứng. Sau khi so sánh, cân nhắc, bạn thấy rằng những nhu cầu thiết yếu khác nên được giải quyết trước. Vì thế, bạn quyết định kiềm chế sự ham muốn của mình để dành tiền vào việc mua sắm những thứ thiết yếu hơn cho gia đình.

Sự kiềm chế lòng ham muốn của bạn là một quyết định tốt và tất nhiên có lợi hơn cho gia đình. Nhờ có sự kiềm chế đó mà bạn đã có thể ứng xử một cách đúng đắn hơn, giúp cho cả gia đình có một cuộc sống tốt hơn.

Tuy nhiên, lòng ham muốn của bạn vẫn còn đó. Mỗi ngày khi bạn đi ngang qua cửa hàng bán xe gắn máy, sự ham muốn ấy vẫn chực chờ nổi dậy, thôi thúc trong lòng bạn. Dù đã quyết định không mua xe, nhưng bạn vẫn không tránh khỏi tâm trạng thèm muốn, khao khát khi sự ham muốn của mình không được thỏa mãn.

Chúng ta hãy quay trở lại vấn đề này và thử đặt ra một giả thuyết khác. Khi suy nghĩ về những nhu cầu thiết yếu trong gia đình và so sánh với ý muốn mua xe, bạn bắt đầu phân tích kỹ về sự ham muốn đó. Bạn xét lại và thấy chiếc xe hiện đang sử dụng vẫn còn rất tốt, và ý muốn mua xe chỉ là một sự đua đòi. Khi ấy, bạn thấy rằng đó là một sự ham muốn không chính đáng. Bạn nhớ lại đã từng có những ham muốn đối với nhiều thứ khác, nhưng ngay cả sau khi thỏa mãn lòng ham muốn ấy rồi thì bạn vẫn dễ dàng sinh khởi một sự ham muốn khác, với mức độ còn hơn cả trước đó. Sau những suy nghĩ và phân tích như thế, bạn không còn thấy ham muốn mua xe nữa, và quyết định dành tiền cho những nhu cầu thiết yếu khác của gia đình.

Trong cả hai trường hợp trên, sự việc vẫn diễn ra giống hệt như nhau. Sự khác biệt chỉ có thể tìm thấy trong nội tâm của bạn mà thôi. Trong trường hợp thứ nhất, sau khi quyết định hành động bạn vẫn phải chịu đựng một tâm trạng khao khát, thèm muốn, bởi vì lòng ham muốn của bạn thật ra vẫn còn đó. Sự kiềm chế lòng ham muốn này sẽ tạo ra một tâm lý ức chế, có phần căng thẳng, không thoải mái. Một khi lý trí bạn vẫn còn đủ sáng suốt và sức mạnh kiềm chế thì lòng ham muốn này vẫn còn bị đè nén, nhưng nếu có thêm những thôi thúc theo hướng ngược lại từ ngoại cảnh hoặc trong một lúc bốc đồng thiếu suy xét nào đó, sự ham muốn này vẫn có thể sẽ phát triển và bộc lộ, nghĩa là khi ấy bạn sẽ hành động theo sự ham muốn sẵn có trong lòng mình.

Trong trường hợp thứ hai thì ngược lại. Do sự phân tích và suy xét đến tận cùng nguyên nhân của sự việc mà bạn nhận ra rằng lòng ham muốn của mình là hoàn toàn không hợp lý. Bạn cũng nhận ra rằng ngay cả khi thỏa mãn sự ham muốn trong hiện tại thì điều đó cũng không mang đến niềm vui hay hạnh phúc thật sự lâu bền cho bạn. Vì nhận biết được tính chất giả tạo và nhất thời của tâm niệm ham muốn nên bạn chuyển hóa được nó, khiến cho nó không còn tồn tại trong lòng bạn như một sự thôi thúc nữa. Như vậy, sau khi quyết định hành động, trong lòng bạn sẽ có được sự thanh thản, an nhiên vì không còn có bất cứ sự vướng mắc nào.

Khi so sánh hai trường hợp, bạn có thể thấy rằng kết quả tốt đẹp trong trường hợp thứ nhất chỉ là tạm thời và giới hạn, trong khi đó kết quả đạt được trong trường hợp thứ hai là một kết quả tốt đẹp lâu dài, có thể trở thành một kinh nghiệm chuyển hóa giúp bạn tiếp tục ứng xử tốt hơn trong những trường hợp tương tự về sau.

Cũng tương tự như trên, khi bạn kiềm chế một cơn giận và quyết định không làm tổn hại đến người mà bạn tức giận, điều đó chỉ mang lại kết quả nhất thời và rất hạn chế, đồng thời cũng đẩy bạn vào một tâm trạng bị đè nén, ức chế. Ngược lại, nếu bạn có thể đối diện với cơn nóng giận của mình, phân tích và suy xét để thấy được tính chất vô lý của nó, bạn sẽ chuyển hóa được cơn giận ấy, khiến cho năng lượng của nó bị triệt tiêu hoàn toàn. Nhờ đó, bạn có thể vượt qua cơn giận với một tâm trạng bình thản, an ổn, đồng thời cũng rèn luyện thêm khả năng chuyển hóa của bạn đối với những cơn giận về sau.

Khi bạn phải chịu đựng những nỗi đau thể xác hoặc tinh thần cũng vậy. Nếu bạn cố sức kiềm chế, đè nén cơn đau và làm ra vẻ thản nhiên không lay động, điều đó sẽ chẳng giúp ích được gì nhiều. Ngược lại, khi bạn thật sự đối diện với cơn đau, quán xét bản chất thật sự của nó và không sinh khởi bất cứ tâm niệm bực tức, khó chịu nào, bạn sẽ có thể cảm nhận được cơn đau dần qua đi trong một tâm trạng thật sự bình thản. Như thế bạn mới thực sự chuyển hóa được cơn đau và vô hiệu hóa mọi tác hại của nó đối với tinh thần của bạn.

Trong tất cả các trường hợp trên, chính việc thực hành nhẫn nhục là phương thức duy nhất có thể giúp bạn đạt được sự chuyển hóa mọi tâm trạng tiêu cực thay vì kiềm chế chúng. Sự chuyển hóa không chỉ mang lại lợi ích tức thời qua việc hóa giải vấn đề, mà còn là một sự thành tựu trong tu tập, tạo nền tảng cho những bước phát triển tinh thần tiếp theo sau đó.

Thực hành nhẫn nhục

Hoa nhẫn nhục là loài hoa mọc trên đất tâm (心地 - *tâm địa*). Hạt giống của nó luôn sẵn có trong khu vườn Phật pháp nên bất cứ ai cũng có thể mang về gieo trồng. Rất nhiều người đã gieo trồng loài hoa này và thu hoạch được những lợi ích vô cùng lớn lao. Mặc dù vậy, cho đến nay nó vẫn còn là một loài hoa quý hiếm, vì số người thành công trong việc gieo trồng hoa nhẫn nhục vẫn còn là quá ít so với số người chưa từng được biết đến những công năng kỳ diệu và lợi ích lớn lao của nó.

Vì sao một loài hoa luôn sẵn có hạt giống và bất cứ ai cũng có thể mang về gieo trồng nhưng vẫn là quý hiếm? Đó là vì sự chăm sóc cây hoa này có nhiều điểm đặc biệt không dễ dàng. Những người thất bại thường là vì không biết chăm sóc đúng cách, vì thế mà việc trồng hoa của họ không mang lại kết quả. Nếu việc trồng hoa đã không mang lại kết quả, thì việc sẵn có hạt giống liệu có ích gì?

Ngày xưa có một vị tăng trẻ tuổi đầy nhiệt huyết, sau khi được nghe thầy giảng dạy về hạnh nhẫn nhục liền hạ quyết tâm là phải tu tập thành tựu pháp môn này. Vị ấy rời khỏi ngôi chùa trong làng, tìm đến sống trong một hang đá trên ngọn đồi cách làng khá xa. Ngày ngày ông ta uống nước suối, ăn rau rừng để sống qua bữa và tập trung tinh thần suy xét về pháp môn nhẫn nhục. Vì nơi ông ở cách xa làng nên không có bất cứ ai đến quấy rầy việc tu tập của ông. Cứ như vậy trong một thời gian khá lâu.

Nhưng ngày kia có một nông dân trong làng bị lạc mất con nghé, tìm mãi suốt ngày không thấy. Sau cùng, ông phát hiện thấy dấu chân chú nghé con chạy về phía ngọn đồi nên tìm theo về hướng đó. Khi mặt trời gần khuất bóng thì ông lên đến lưng chừng đồi và nhận thấy ở đó có một cái hang nằm sau mấy lùm cây rậm. Nghĩ rằng chú nghé con có thể đang ẩn náu trong đó nên ông tìm đến. Nhìn vào trong hang, ông thấy một vị tăng đang ngồi trong tư thế tĩnh tọa.

Vì là một người khá nóng tính nên ông to tiếng hỏi một cách thô lỗ: "Ông kia! Có nhìn thấy con nghé của tôi lạc vào đây không?"

Người trong hang lặng thinh. Người nông dân nghĩ rằng ông ta vẫn chưa nghe rõ, liền hét lớn: "Này, tôi hỏi ông đấy. Có nhìn thấy một con nghé lạc vào đây không?" Bấy giờ, người trong hang mới từ từ ngẩng đầu lên, đáp: "Không."

Người nông dân bực tức, tiếp tục quát tháo: "Hừ, không thấy thì nói không thấy, sao phải đợi hỏi nhiều lần đến thế? Ông làm gì ở đây?"

Ông tăng đáp: "Tôi tu hạnh nhẫn nhục."

Người nông dân bỗng phá lên cười rất to rồi nói: "Tu hành gì cái ngữ như ông đấy! Gặp người không muốn chào hỏi. Thấy người cần kíp không muốn giúp, chỉ biết ngồi yên một chỗ như thế thì tu hành cái quái gì?"

Ông tăng trẻ không chịu đựng được nữa, bực tức đứng dậy sừng sộ: "Này, tôi ngồi yên thì đã sao nào? Có can dự gì đến việc của ông mà vào đây quấy phá tôi?"...

Câu chuyện tạm dừng ở đây, vì không nói thì ai cũng có thể thấy là hạt giống nhẫn nhục mà vị tăng trẻ tuổi kia gieo trồng đã không mọc nổi thành hoa! Mặc dù vậy, bài học rút ra từ câu chuyện này có vẻ như sẽ là hữu ích cho nhiều người trong chúng ta.

Nhẫn nhục không phải là một đức tính có thể đạt được trong môi trường cách biệt. Khi chúng ta nhiều năm không nổi giận vì không có ai chọc giận, điều đó hoàn toàn không phải là nhẫn nhục. Chỉ khi đối mặt với những hoàn cảnh thách thức, khơi dậy sự sân hận mà ta có thể vượt qua được một cách thản nhiên, đó mới gọi là nhẫn nhục. Và hơn thế nữa, cũng cần lưu ý đến những yếu tố mà ta đã bàn đến trong phần trước. Đó là: không có tâm sân hận, không kết thành thù oán và không khởi ý xấu ác.

Khi chúng ta tu tập hạnh nhẫn nhục, sự thành tựu cũng không thể nhất thời đạt đến. Vấn đề là những khác biệt nhất định mà ta có thể tạo ra trong sự ứng xử của mình. Chính sự chuyển hóa tích cực trong lòng ta - cho dù có thể rất ít - là dấu hiệu của sự nảy mầm và phát triển hạt giống nhẫn nhục. Và chỉ trong một môi trường rèn luyện thích hợp dài lâu thì cây mới có thể trưởng thành để trổ hoa, kết hạt.

Nói về môi trường tu tập cũng như sự rèn luyện hạnh nhẫn nhục, người xưa đã có sự đúc kết trong một câu tục ngữ rất cô đọng và chính xác: "*Thứ nhất tu nhà, thứ hai tu chợ, thứ ba tu chùa.*" Bằng vào kinh nghiệm thực tế trong dân gian, người ta đã thấy rằng sự tu tập chỉ có thể đạt được kết quả tốt và phát triển trong những môi trường có sự va chạm, tiếp xúc và chướng ngại. Nếu ai đó sớm lìa bỏ mọi quan hệ gia đình và xã hội để vào chùa tu tập, người ấy sẽ không có được những cơ hội rèn luyện qua sự va chạm, tiếp xúc, và vì thế sẽ khó có được một nội tâm vững chãi. Một khi gặp phải sự thách thức, trở ngại, những người như thế sẽ rất dễ dàng bị quật ngã, như trong trường hợp mẩu chuyện nhỏ mà chúng ta vừa kể trên. Vì thế, có thể thấy là câu tục ngữ trên hoàn toàn có thể được vận dụng trong trường hợp thực hành hạnh nhẫn nhục mà chúng ta đang bàn đến.

Thật vậy, gia đình là môi trường tiếp xúc đầu tiên và quan trọng nhất của tất cả chúng ta. Vì thế, đây cũng là điểm khởi đầu tốt nhất để tu tập hạnh nhẫn nhục. Khi thực hành nhẫn nhục với những người thân trong gia đình, chúng ta có được sự hỗ trợ của yếu tố tình thân nên chắc chắn sẽ dễ dàng hơn so với khi đối diện người ngoài. Vì thế, cây non nhẫn nhục mà chúng ta gieo trồng sẽ có được một môi trường thích hợp nhất để dần dần phát triển.

Mặc dù gia đình là tổ ấm của chúng ta, là nơi chỉ quy tụ toàn những người ta thương yêu và gắn bó, nhưng điều đó hoàn toàn không có nghĩa là sẽ không có những va chạm, xung đột hay mâu thuẫn. Sự thật, chính trong môi trường gia đình mới là nơi xảy ra nhiều sự va chạm, mâu thuẫn nhất, đơn giản chỉ là vì phần lớn những sự trao đổi, tiếp xúc của chúng ta đều diễn ra trong gia đình.

Mỗi ngày bạn có hai buổi làm việc, nhưng trong hai buổi đó thì công việc đã chiếm hầu hết thời gian của bạn. Ngược lại, mỗi giây phút bạn trở về với gia đình đều là những giây phút để trao đổi, tiếp xúc với người chung quanh. Bạn có thể trò chuyện khi dọn dẹp nhà cửa, rửa bát đĩa, dọn bàn ăn hoặc ngay cả trong khi ăn... Và mọi hành vi ứng xử, mọi công việc bạn thực hiện trong gia đình đều có những ảnh hưởng nhất định đến mọi người chung quanh. Chính vì thế mà trong những sự giao tiếp, tiếp xúc quá thường xuyên này sẽ dễ dàng nảy sinh những vấn đề bất đồng, những mâu thuẫn, những sự trái ý...

Điều tất nhiên là những vấn đề mới nảy sinh trong gia đình thường rất nhỏ nhặt, thậm chí chỉ là vụn vặt. Nhưng nếu chúng ta không giải tỏa được ngay từ những vấn đề nhỏ nhặt, vụn vặt đó, thì chúng sẽ tích tụ và phát triển dần để trở thành một ngọn lửa hung dữ, có thể thiêu cháy mọi tình cảm của chúng ta. Những xung đột giữa vợ chồng chẳng hạn, thường chỉ bắt đầu từ những điều trái ý nho nhỏ, dần dần mới trở thành những định kiến không tốt nơi mỗi người. Rồi từ những định kiến đó, mọi vấn đề tiếp theo sẽ được phóng đại lên, cường điệu hóa đến mức gần như vô lý. Và vì nhận thức của mỗi người đều trở nên gần như vô lý, nên khả năng hòa giải, cảm thông nhau ngày càng trở thành khó khăn hơn.

Những hố sâu cách biệt trong tình cảm giữa cha con, mẹ con hay anh chị em cũng bắt đầu từ những điều rất nhỏ. Chỉ vì những điều rất nhỏ đó không được hóa giải, không được triệt tiêu, nên nó mới có cơ hội để lớn dần theo với thời gian và cuối cùng tạo nên những tai họa không ai lường trước được.

Việc bắt đầu thực hành nhẫn nhục trong gia đình là một sự chọn lựa môi trường thích hợp, cho dù tính chất của hạnh nhẫn nhục thì không có gì khác biệt khi ta vận dụng trong bất cứ hoàn cảnh nào. Khi một người thân trong gia đình làm điều gì đó gây tổn hại cho bạn, tôi tin chắc là bạn sẽ dễ dàng tha thứ hơn so với một người xa lạ. Đây chính là điểm tốt nhất cho một sự khởi đầu. Vấn đề là bạn biết chấp nhận, chịu đựng trong tinh thần nhẫn nhục, nghĩa là không sinh khởi bất cứ sự giận hờn hay bực tức nào. Khi bạn có thể thực hiện điều này một lần, hai lần, cho đến nhiều lần..., từ sự chấp nhận và tha thứ một lời nói xúc phạm, một hành vi gây tổn hại, cho đến cả một sự khiêu khích hung hãn... thì rõ ràng hạt giống của cây hoa nhẫn nhục đã bắt đầu bén rễ đâm chồi trên đất tâm của bạn.

Việc thực hành nhẫn nhục trong gia đình không chỉ mang lại sự chuyển hóa riêng cho bản thân chúng ta. Sự thật là, mọi người quanh ta chắc chắn sẽ cảm nhận được những thay đổi tốt đẹp hơn, cao thượng hơn trong cung cách ứng xử cũng như lời nói và việc làm của ta. Vì thế, họ không thể không có những phản ứng tích cực hơn. Một người chị dù hung hăng đến đâu cũng không thể tiếp tục chì chiết đứa em mình khi nó luôn đáp trả bằng sự nhẫn nhục, hòa kính. Một người cha dù khó tính đến đâu cũng không thể tiếp tục quát tháo con cái khi nó luôn đáp lại bằng sự nhẫn nhục, hiếu thuận... Tương tự như vậy, mọi sự căng thẳng trong gia đình chắc chắn sẽ giảm dần đi, trong khi tình thương được nuôi dưỡng và không khí ngày càng trở nên thuận hòa, đầm ấm hơn.

Nhưng ngay cả trong tình huống xấu nhất, khi mọi người quanh ta đều bị đắm chìm trong si mê và sân hận, thì sự thực hành nhẫn nhục chắc chắn cũng sẽ giúp ta sống tốt hơn, an ổn hơn trong một môi trường như thế. Mặt khác, chính trong những môi trường khắc nghiệt như thế sẽ càng giúp cho tâm nhẫn nhục được trau giồi, rèn luyện, và nếu có thể vượt qua được thì cây hoa nhẫn nhục của ta sẽ càng sớm được trưởng thành, phát triển một cách nhanh chóng hơn.

Khi ta đã có thể thực hành tốt hạnh nhẫn nhục với cha mẹ, anh chị em và tất cả những người thân khác trong gia đình, đó là lúc ta có thể bắt đầu thực hành việc "*tu chợ*", nghĩa là vận dụng tinh thần nhẫn nhục vào những mối quan hệ tiếp xúc ngoài xã hội. Đó là những mối quan hệ trong công việc, trong giao tiếp bạn bè, trong lúc đi đường hoặc trong khi mua sắm... Nói chung là tất cả những mối quan hệ, tiếp xúc nằm ngoài môi trường gia đình.

Môi trường xã hội tất nhiên là sẽ phức tạp hơn nhiều so với trong gia đình, vì chúng ta thường không hiểu được gì nhiều về những người mà ta tiếp xúc. Mặt khác, những nội dung và hoàn cảnh tiếp xúc cũng đa dạng và phức tạp hơn. Chúng ta thường ít khi có được kinh nghiệm về những trường hợp tương tự như sự việc đang xảy ra, và vì thế để thực hành nhẫn nhục đòi hỏi phải có một nội tâm vững chãi và sự hiểu biết sâu sắc. Những điều này ta cần phải đạt được từ sự rèn luyện trong môi trường gia đình, và tiếp tục phát triển hơn nữa khi vận dụng vào môi trường xã hội.

Tuy có sự phân biệt về môi trường tiếp xúc như trên, nhưng thật ra thì dù ở nơi đâu cũng vẫn là sự tiếp xúc với những con người. Và con người thì bao giờ cũng có những điểm chung mà ta có thể học hỏi được qua từng trường hợp giao tiếp. Vì thế, khi bạn thực hành nhẫn nhục qua một thời gian dài, bạn sẽ có thể tích lũy được những vốn liếng kinh nghiệm quý giá, giúp bạn ứng xử tốt hơn trong từng trường hợp cụ thể.

Khi đã thành công và vượt qua được hai giai đoạn "*tu nhà*" và "*tu chợ*", vấn đề sẽ trở nên dễ dàng hơn khi chúng ta bắt đầu việc "*tu chùa*". Đây cũng có thể xem là giai đoạn cuối cùng dành cho sự hoàn thiện và nâng cao khả năng thực hành nhẫn nhục của mỗi người chúng ta.

Chúng ta nên hiểu việc "*tu chùa*" ở đây không có nghĩa là phải vào chùa ở để tu, mà là sự tu tập với những tiêu chuẩn và định hướng mang tính chuyên sâu và thuần khiết hơn. Sở dĩ ta nên hiểu như thế, vì chùa là nơi chỉ dành riêng cho việc tu tập, nên tu tập trong môi trường ở chùa có nghĩa là dành trọn mọi nỗ lực tinh thần cho việc tu tập mà không còn bị chi phối vào bất cứ mục đích nào khác. Khi ta có thể tu tập được như vậy, thì dù không bước chân vào ở hẳn trong chùa cũng có thể gọi là "*tu chùa*".

Nếu như trong những giai đoạn trước, chỉ cần ta giữ được sự bình thản để vượt qua những trường hợp thử thách là có thể xem như thành công, thì trong giai đoạn này chúng ta còn cần phải soi rọi sâu vào tự tâm mình để thấy được hết thảy mọi tâm niệm, cho đến những tâm niệm nhỏ nhiệm, vi tế nhất. Mỗi một sự nhẫn nhục của ta phải bao hàm trọn vẹn, đầy đủ các tính chất không sân hận, không kết oán và không có ác ý. Và nhờ có ba yếu tố này mà cả bốn tâm vô lượng: *từ, bi, hỷ, xả* sẽ được sinh khởi và nuôi dưỡng.

Nhờ không khởi tâm sân hận nên khi nhìn rõ sự việc một cách khách quan và sáng suốt, ta sẽ khởi tâm thương xót những kẻ đã gây tổn hại cho ta, vì điều đó biểu lộ sự si mê và sân hận của họ. Từ đó mà tâm từ và tâm bi được sinh khởi: chúng ta mong muốn giúp họ vượt thoát khổ đau cũng như mong muốn mang đến niềm vui cho họ. Nhờ không kết thành oán thù và không sinh khởi ác ý nên tâm hỷ và tâm xả được sinh khởi: chúng ta có thể buông xả sự việc để thật lòng cảm thông và tha thứ cho hành vi sai trái của đối phương, thản nhiên và vui vẻ chấp nhận những tổn hại mà họ đã gây ra cho ta.

Những yêu cầu và chuẩn mực như thế rõ ràng không phải là chuyện dễ dàng chút nào đối với những người đang mưu sinh trong vòng thế tục. Vì thế mà tôi nghĩ rằng ta nên hiểu chúng thuộc về môi trường "*tu chùa*". Tuy nhiên, với những ai đã kiên trì tu tập hạnh nhẫn nhục trong một thời gian dài thì việc đạt đến những chuẩn mực như thế cũng không phải là điều không thể được.

Mặt khác, cũng trong quá trình tu tập, khi quay về

soi rọi tự tâm chúng ta sẽ nhận ra một sự thật là: những tâm sân hận, những sự bực dọc hay khó chịu của chúng ta không chỉ sinh khởi do những nguyên nhân đến từ người khác. Chúng còn được khởi lên - và thậm chí với một mức độ thường xuyên hơn - bởi những cảm xúc trong tâm ta và những cảm xúc được sinh ra từ các yếu tố môi trường bất lợi. Chẳng hạn, khi ta có một cơn đau nhức ở đâu đó trong thân thể, điều đó có thể là nguyên nhân khiến ta sinh ra những ý niệm bực tức, khó chịu. Hoặc khi thời tiết quá nóng bức đến mức tưởng chừng như ta không thể chịu đựng thêm được nữa, điều đó cũng có thể là nguyên nhân làm ta khó chịu, bực tức. Khi ta mong muốn một sự việc nào đó xảy ra, nhưng phải chờ đợi rất lâu mà sự việc ấy vẫn chưa xảy ra, ta cũng có thể cảm thấy bực mình. Hoặc khi ta hết sức khó chịu vì tiếng nhạc ồn ào của nhà bên cạnh, nhưng chờ đợi mãi mà nó vẫn không chấm dứt, ta có thể sinh ra khó chịu, bực tức...

Và còn có vô số trường hợp như thế, những nguyên nhân tương tự như thế trong cuộc sống, lúc nào cũng có thể làm cho ta sinh khởi những ý niệm bực tức, khó chịu. Khi thực hành nhẫn nhục, ta quan sát tất cả những tâm niệm khó chịu này ngay từ khi chúng vừa khởi lên và sử dụng sự sáng suốt, tỉnh thức của mình để phân tích chúng. Khi ấy, ta luôn thấy ra được những nguyên nhân đích thực của vấn đề, và vì thế cũng sẽ thấy rằng sự khó chịu, bực mình của ta là hoàn toàn vô lý cũng như không mang lại chút lợi ích nào. Chúng thường được sinh ra do thói quen, tập quán từ lâu đời lâu kiếp, lâu đến nỗi đã ăn sâu vào trong tâm thức chúng ta đến mức ta rất khó lòng nhận biết. Dù vậy, một khi đã nhận biết và từ bỏ được những thói quen này, tâm thức ta sẽ được giải thoát khỏi vô số những gánh nặng, sẽ được thoát khỏi vô số sự trói buộc, và sẽ cảm nhận được vô số những niềm vui thanh thản, an nhiên và tự tại.

Nói tóm lại, nếu ta biết thực hành và nuôi dưỡng hạnh nhẫn nhục qua từng môi trường thích hợp, khả năng thành công sẽ lớn hơn nhiều. Một khi cây non nhẫn nhục được gieo trồng trong môi trường gia đình đã đủ lớn mạnh, nó sẽ không dễ dàng bị thui chột, héo úa trước nắng gió trong môi trường xã hội phức tạp hơn.

Và cũng chính sự phát triển tuần tự, hợp lý này sẽ mang lại cho chúng ta những kết quả lợi ích lớn lao trong đời sống. Và những lợi ích thực tiễn này lại chính là chất liệu để nuôi dưỡng cây hoa của chúng ta ngày càng phát triển hơn nữa. Chẳng hạn, do thực hành nhẫn nhục mà chúng ta trừ bỏ được tâm sân hận, nuôi dưỡng được tâm từ bi, và nhờ sự phát triển của tâm từ bi mà ta có thể thực hành nhẫn nhục ở mức độ sâu xa, vững chãi hơn. Đó là những mối tương quan rất chặt chẽ và thiết thực. Và điều này cũng giải thích sự thất bại của những người thực hành nhẫn nhục trong môi trường cách biệt, thiếu sự va chạm và rèn luyện thích hợp.

Trong một môi trường tốt đẹp, chẳng hạn như trong tu viện, khi mọi người đều sống hòa hợp và tôn kính lẫn nhau, thì sự thực hành nhẫn nhục hầu như rất khó đạt kết quả tiến triển. Trong môi trường đó, bạn có thể sống hiền hòa trong nhiều năm dài chẳng bao giờ nổi giận với ai - vì thật ra là chẳng có ai chọc giận bạn. Nhưng nếu một hoàn cảnh nhất định nào đó đẩy đưa bạn vào môi trường sống thực tế của đời thường, với vô số những sự va chạm, mâu thuẫn hầu như xảy ra mỗi ngày, thì sự yếu ớt của bạn sẽ dễ dàng bộc lộ, và rất ít có khả năng bạn sẽ vượt qua được thử thách.

Nói như thế không có nghĩa là chúng ta chê bỏ những môi trường tốt đẹp hoặc mong muốn tìm đến những môi trường phức tạp, nhiều va chạm. Nhưng điều quan trọng ở đây là phải nhận biết được những tác động tích cực của môi trường đối với sự tu tập, rèn luyện của chúng ta. Khi hiểu được điều này, chúng ta càng cảm thấy dễ dàng hơn trong việc chấp nhận những sự trở ngại, những khó khăn hoặc thậm chí là đối nghịch giữa cuộc đời. Đó chính là những chất liệu tốt nhất để nuôi dưỡng loài hoa nhẫn nhục mà ta đã gieo trồng trên đất tâm.

Lợi ích của nhẫn nhục

Qua sự mô tả về hạnh nhẫn nhục và những công năng của nó, chúng ta cũng đã thấy được hầu hết những lợi ích của việc thực hành nhẫn nhục. Tuy nhiên, việc kể ra những lợi ích của việc thực hành nhẫn nhục ở đây một cách có hệ thống cũng không phải là không cần thiết. Có thể xem như đây là một sự tổng kết, tóm lược những gì chúng ta đã bàn đến, và vì thế nó sẽ giúp ta dễ dàng hơn trong việc nhìn lại toàn bộ vấn đề.

Lợi ích thứ nhất của nhẫn nhục là giúp ta tránh được mọi ảnh hưởng xấu của sân hận. Sân hận có thể khiến ta ứng xử một cách dại dột và gây ra mọi điều tội lỗi. Sân hận cũng làm mất đi mọi ý niệm tốt đẹp của ta. Trong cơn giận, khó có ai còn có thể nghĩ đến sự cảm thông, tha thứ hay thương yêu người khác. Khi ấy ta chỉ còn nghĩ đến một điều duy nhất là làm sao để bộc lộ cơn giận của mình, biến nó thành hành động cụ thể gây hại cho kẻ mà ta đang tức giận. Khi chưa làm được điều đó, ta như bị thiêu đốt trong một ngọn lửa nóng. Vì thế mà có cách gọi rất hình tượng là "*lửa giận*".

Sự thực hành nhẫn nhục giúp ta dập tắt cơn giận ngay từ khi nó vừa chớm sinh khởi, nhờ đó có thể vô hiệu hóa mọi tác hại của nó.

Lợi ích thứ hai của nhẫn nhục là tạo ra một môi trường sống an lành quanh ta. Vì thực hành nhẫn nhục giúp ta hạn chế mọi sự đối kháng, mâu thuẫn và xung đột, đồng thời hóa giải được những oán hận, hiềm khích, nên điều tất nhiên là mọi sự giao tiếp giữa ta với người chung quanh đều sẽ trở nên hòa hoãn, ít căng thẳng hơn. Mặt khác, khi có bất cứ mâu thuẫn nào phát sinh cũng đều sẽ được giải quyết theo hướng ôn hòa, hạn chế tối đa mọi sự xung đột giữa đôi bên.

Cũng giống như khoảng sân được thường xuyên quét dọn sẽ không có nhiều rác bẩn, môi trường sống quanh ta khi thường xuyên được soi rọi dưới ánh sáng của hạnh nhẫn nhục sẽ không còn nhiều những mâu thuẫn, hiềm khích hay oán hận. Nhờ đó mà chắc chắn sẽ trở nên an lành hơn, hòa hợp hơn.

Lợi ích thứ ba của nhẫn nhục là giúp ta rèn luyện một khả năng chịu đựng ngày càng tốt hơn, bền bỉ hơn. Như đã nói đến trong một phần trước, thế giới này của chúng ta được gọi là *thế giới của sự nhẫn chịu*, vì sự thật là chúng ta luôn phải tiếp nối chịu đựng những nỗi khổ đau, những sự bất toàn, như là những thành phần tất yếu của đời sống. Trong một thế giới như thế, điều tốt nhất mà chúng ta có thể làm là phải tự rèn luyện cho mình một khả năng chịu đựng, thích nghi với mọi sự khổ đau, thay vì là bực tức hay than phiền về chúng. Và việc thực hành nhẫn nhục có thể giúp ta làm được điều đó.

Tôi có mấy người em sống ở Đà Lạt. Thỉnh thoảng, khi các em có dịp ghé thăm tôi, tôi luôn nhận ra sự khó chịu, bực dọc của chúng vì thời tiết nóng bức. Tôi nghĩ, nếu sự khó chịu ấy mà kéo dài thì quả thật là... khó chịu! May thay, chúng thường chỉ ghé chơi khoảng một hai hôm mà thôi. Thế nhưng, đối với chúng tôi, những người phải thường xuyên sống ở "*xứ nóng*" thì điều tốt hơn là phải biết làm quen, phải biết chịu đựng sự nóng bức thay vì là bực tức, khó chịu. Sự thật, hầu hết cư dân xứ nóng đều đã làm như vậy. Họ trở nên quen thuộc và chấp nhận sự nóng bức chứ không ai cảm thấy khó chịu và bực tức với sự thật này.

Chúng ta cũng cần phải làm như vậy đối với những khổ đau trong cuộc sống. Có quá nhiều những nỗi khổ niềm đau luôn nối tiếp nhau xảy đến cho ta. Vì không có cách nào để tránh né những điều ấy, nên cách tốt nhất là ta cần phải rèn luyện cho mình một khả năng chịu đựng.

Việc thực hành nhẫn nhục chính là một bài tập rèn luyện dài ngày cho tất cả chúng ta. Khi bắt đầu thực hành, bạn có thể luyện tập khả năng chịu đựng những sự đau đớn hay khó chịu nhỏ nhặt hằng ngày với tâm bình thản, nhưng dần dần khả năng ấy sẽ phát triển đến mức bạn có thể trải qua những cơn đau đáng kể mà vẫn giữ được tâm bình thản. Càng thực hành lâu ngày, khả năng ấy càng phát triển, và bạn sẽ có được một tâm thức luôn an ổn, vững chãi trong mọi hoàn cảnh bất lợi. Đây chính là tiền đề quan trọng để chúng ta có được sự an vui, thanh thản trong đời sống.

Lợi ích thứ tư của nhẫn nhục là giúp ta hoàn thiện đời sống tinh thần về mọi mặt. Thực hành nhẫn nhục là nền tảng quan trọng tạo điều kiện thuận lợi để nuôi dưỡng đức khiêm hạ, tâm từ bi, cũng như phát triển trí tuệ, định lực và vô số những pháp lành khác nữa. Khi ta tu tập hạnh nhẫn nhục thì mọi điều lành đều dễ dàng sinh khởi, mọi điều ác đều dễ dàng bị ngăn chặn, do đó mà tâm ta chắc chắn sẽ ngày càng hoàn thiện hơn, tiến gần hơn đến sự an vui và giải thoát.

Tuy nhiên, việc kể ra những lợi ích của nhẫn nhục như

trên chỉ là một việc làm gượng ép, nhằm tạm giới thiệu với những ai chưa thực sự tiếp xúc, thực hành phương pháp ứng xử nhiệm mầu này. Với những ai đã có sự thực hành nhẫn nhục, chắc chắn sẽ thấy những mô tả trên đây là rất giới hạn vì không thể nói lên hết những lợi ích lớn lao của sự thực hành nhẫn nhục.

Cũng tương tự như khi bạn chưa từng nếm qua hương vị quả thanh trà, cho dù tôi có cố gắng mô tả với bạn bằng cách nào đi nữa thì bạn cũng không thể cảm nhận được hết vị ngon của nó. Tuy nhiên, sự giới thiệu như thế vẫn là hết sức cần thiết đối với những ai chưa từng biết đến loại trái cây này, vì nhờ đó mà họ sẽ có cơ hội biết đến để thử qua rồi mới có thể tự mình cảm nhận.

Tôi cũng rất mong là qua những gì trình bày ở đây bạn đọc sẽ thấy có chút hứng thú để tự mình thử qua việc trồng hoa nhẫn nhục. Và một khi việc làm ấy đạt được kết quả, tôi tin rằng bạn cũng sẽ thấy những gì được mô tả ở đây chỉ là rất sơ sài, đại lược.

Thay lời kết

Qua những gì đã bàn đến trong tập sách này, hẳn chúng ta không ai còn có thể nghĩ rằng thực hành nhẫn nhục là một cách ứng xử thụ động hay tiêu cực. Thật vậy, người thực hành nhẫn nhục cho dù luôn có vẻ như chấp nhận mọi hoàn cảnh, mọi sự việc xảy đến cho mình mà không có bất cứ thái độ phản kháng nào, nhưng sự thật là trong thái độ an nhiên chấp nhận đó lại luôn hàm chứa tất cả sự sáng suốt của trí tuệ, sự dũng mãnh của tâm thức, sự chân thành của lòng từ bi vô hạn và sự kiên định vững vàng không lay chuyển trước bất cứ trở lực, thách thức nào.

Vì thế, người tu tập thành tựu pháp nhẫn nhục luôn có một số những đức tính phụ thuộc như là một phần tất yếu phải đạt được trong công phu tu tập, và sự thực hành nhẫn nhục xét cho cùng cũng chính là quá trình rèn luyện và phát triển các đức tính này.

Trước hết là đức tính kiên nhẫn. Như đã nói, người thực hành nhẫn nhục không thể mong đợi sự thành tựu chỉ trong một sớm một chiều, mà ngược lại phải là cả một quá trình học hỏi và rèn luyện lâu dài, thường xuyên trong cuộc sống. Vì thế, ngay khi bắt đầu thực hành nhẫn nhục thì sự kiên nhẫn phải được xem như yếu tố cần thiết trước nhất. Hơn thế nữa, trong quá trình thực hành nhẫn nhục, khi chúng ta có thể an nhiên chấp nhận mọi sự khó khăn, đau khổ thì dần dần sẽ không còn yếu tố ngoại cảnh nào có thể làm cho ta trở nên khích động, nôn nóng hay bồn chồn. Đây chính là biểu hiện của sự hình thành và phát triển đức tính kiên nhẫn.

Đức tính thứ hai là khả năng nhẫn chịu. Thông thường, khi không có sự tu tập thì mỗi người chúng ta cũng đều có một khả năng chịu đựng nhất định, nhưng khả năng ấy luôn có những giới hạn cụ thể của nó. Chẳng hạn, khi phải trải qua những cơn đau đớn, đến một mức độ nào đó thì ta sẽ không chịu được nữa. Có người phản ứng với sự vượt quá giới hạn này bằng những hành vi không tự chế, có người ngất xỉu đi, trong khi một số người khác tìm đến các biện pháp can thiệp từ bên ngoài hoặc hoảng hốt tránh né...

Như đã nói, khi thực hành nhẫn nhục là chúng ta "*làm quen*" với những cơn đau. Điều này luôn có tác dụng làm tăng thêm khả năng chịu đựng của chúng ta, nghĩa ra nới rộng hơn mức độ giới hạn trước đó. Nhưng không chỉ là với những cơn đau, mà còn là đối với tất cả những điều "*khó chịu*", cả về tinh thần cũng như vật chất. Trong cuộc sống ta thường gặp có những người rất "*nhạy cảm*" với những lời chỉ trích, phê phán hoặc xúc phạm. Giới hạn chịu đựng của những người này là rất thấp. Họ sẽ có những phản ứng mạnh mẽ ngay khi bị người khác xúc phạm, bất kể hậu quả của sự việc rồi sẽ như thế nào. Người thực hành nhẫn nhục thì không như thế. Họ có khả năng chịu đựng cao hơn, và trước khi đưa ra bất cứ một phản ứng nào cũng đều có sự cân nhắc, suy nghĩ một cách sáng suốt, chỉ nhằm mục đích cải thiện vấn đề cho tốt hơn chứ không phải do sự quá sức chịu đựng của bản thân mình. Khả năng nhẫn chịu nghịch cảnh của người thực hành nhẫn nhục vì thế bao giờ cũng là một lợi thế, giúp họ có được những hành vi ứng xử thận trọng và hữu ích.

Sự thực hành nhẫn nhục có thể giúp chúng ta nhẫn chịu được ngay cả những sự việc tưởng như không thể nào chịu được. Một trong những sự việc như thế phải kể đến là những nỗi oan khuất do người khác không hiểu đúng về ta. Khi phải chịu đựng những sự oán giận hay chê trách về một sự việc mà mình không hề thực hiện, chỉ có thực hành nhẫn nhục mới có thể giúp ta vượt qua được với tâm trạng thản nhiên mà không có sự khổ đau, uất ức.

Trong tác phẩm "*Collection of Stone and Sand*" (*Góp nhặt cát đá*) có kể lại một câu chuyện rất ấn tượng về một vị thiền sư Nhật Bản là *Hakuin*. Ngài luôn được tất cả mọi người ca ngợi về nếp sống trong sạch và thanh đạm.

Gần nơi ngài sống có một cô gái còn trẻ đẹp, con nhà giàu có. Mặc dù mọi người chưa từng thấy nàng có quan hệ tình cảm với bất cứ ai, nhưng thật bất ngờ, bỗng nhiên cha mẹ nàng khám phá ra là nàng đã có thai. Điều này khiến cho họ vô cùng tức giận. Họ nhất định phải tìm biết cho bằng được cô nàng đã mang thai với ai. Tuy nhiên, cô gái cứ khăng khăng không chịu nói ra điều đó.

Rồi sau bao nhiêu lần gặn hỏi cũng như áp dụng các biện pháp đe dọa căng thẳng, cuối cùng cô gái mới thú nhận với cha mẹ rằng người đã có quan hệ với cô chính là thiền sư *Hakuin*, người đang tĩnh tu một mình trong một am nhỏ gần đó.

Cha mẹ cô gái vô cùng tức giận. Họ tìm ngay đến chỗ của vị thiền sư và nhục mạ ông đủ điều về hành vi đê tiện mà họ tin là ông đã làm. Vị thiền sư chăm chú lắng nghe, rồi đến khi hiểu rõ được đầu đuôi câu chuyện, ngài tỏ vẻ ngạc nhiên và hỏi lại: "*Thật thế sao?*"

Rồi sau khi đứa trẻ được sinh ra, cha mẹ cô gái liền sai người mang đến cho *Hakuin*. Người quản gia của họ mang đứa trẻ đến trước cửa am, đặt xuống và nói: "*Này ông, đây là con của ông.*" Thiền sư *Hakuin* bước ra cửa, nhìn thấy và hỏi lại: "*Thật thế sao?*"

Từ đó, người quanh vùng không còn ai xem ngài là một vị tăng chân chính nữa. Họ không cúng dường thực phẩm, thuốc men cho ngài như trước đây. Vì thế, ngài thường phải đi khất thực rất xa để có thể sinh sống qua ngày. Mặc dù vậy, ngài chăm sóc đứa bé thật chu đáo. Ngài đi đến tận các làng mạc xa xôi, nơi chẳng ai biết ngài để có thể xin sữa, cháo và những thứ cần thiết cho việc nuôi dưỡng đứa bé.

Cho đến một năm sau thì cô gái trẻ kia không còn chịu đựng được nỗi ray rứt vì sự dối trá của mình, nên thú thật với cha mẹ rằng thiền sư *Hakuin* không hề dính dáng gì đến chuyện này.Người cha của đứa bé chính là một thanh niên đang giúp việc cho gia đình cô, phụ trách công việc buôn bán ở cửa hàng. Cha mẹ cô gái vội vàng tìm đến chỗ thiền sư *Hakuin* để kể lại tất cả mọi việc và cầu xin ngài tha thứ. Vị thiền sư vẫn chăm chú lắng nghe như lần trước, và cuối cùng cũng hỏi lại một câu tương tự: "*Thật thế sao?*"

Rồi sau khi hết lời bày tỏ sự ăn năn hối lỗi, hai người thưa với thiền sư *Hakuin*: "Vì đứa trẻ này không phải con của ngài, xin ngài cho phép chúng tôi nhận cháu về nuôi dưỡng." Thiền sư *Hakuin* ngạc nhiên hỏi lại: "*Thật thế sao?*" Rồi vui vẻ trao đứa trẻ cho hai người.

Câu chuyện trên cho thấy một sự chịu đựng oan khuất gần như không giới hạn. Nhưng điều đáng nói hơn nữa là vị thiền sư hầu như không tỏ vẻ gì cho thấy việc ngài đang phải chịu đựng. Hạnh nhẫn nhục của ngài đã thành tựu đến mức có thể chấp nhận mọi nghịch cảnh với một tâm thức an nhiên không lay động.

Đức tính thứ ba là sự khoan dung, tha thứ. Trong thực tế, việc chấp nhận những tổn hại do người khác gây ra cho bản thân mình đã là một điều khó, nhưng có thể tha thứ cho người gây hại lại còn khó khăn hơn nữa. Người thực hành nhẫn nhục không khởi tâm sân hận nên có thể sáng suốt phân tích sự việc, cứu xét nguyên nhân một cách rõ ràng, cặn kẽ. Nhờ vậy, họ không quy trách nhiệm một cách nông cạn cho người có hành vi gây hại, mà còn có thể thấy được cả những nguyên nhân sâu xa của vấn đề. Dưới ánh sáng soi rọi của nguyên lý duyên sinh thì ngay cả bản thân người gây hại cho ta cũng chỉ là một nạn nhân đáng thương xót mà thôi. Nhờ có sự nhận biết như thế nên người thực hành nhẫn nhục có thể mở rộng lòng tha thứ cho mọi lỗi lầm mà người khác đã gây ra cho mình. Và chính nhờ việc mở lòng khoan dung tha thứ mà có thể cảm hóa được những kẻ lầm đường lạc lối, bởi vì tất cả mọi sự thuyết giáo xét cho cùng đều không có giá trị cảm hóa thiết thực bằng một hành động tha thứ cao cả có thể khiến người khác cảm phục.

Đức tính thứ tư là sự bình tĩnh, sáng suốt. Chúng ta chỉ có thể giữ được sự bình tĩnh trước một biến cố khi tin chắc được rằng ta có khả năng vượt qua được biến cố ấy. Chính sự thực hành nhẫn nhục giúp ta có được sự tin chắc đó. Chúng ta biết rằng, cho dù tình huống có diễn ra xấu đến mức nào, nhưng với một tinh thần sẵn sàng chấp nhận ngay từ đầu thì chúng ta sẽ không bao giờ có thể bị quật ngã. Mọi khổ đau hay tổn hại xảy đến cho ta xét cho cùng cũng chỉ là sự hội tụ của các nhân duyên, điều kiện. Vì thế, nếu ta không thản nhiên chấp nhận chúng thì ta cũng không còn có sự lựa chọn nào khác hơn. Khi có thể đối mặt với mọi vấn đề trong tinh thần này, chúng ta sẽ không còn chịu ảnh hưởng của sự lo lắng, sợ sệt hay bất an. Nhờ đó mà có thể luôn giữ được sự bình tĩnh, sáng suốt trong mọi trường hợp.

Đức tính thứ năm là sự kiên định, vững chãi, không dễ bị lay động bởi ngoại cảnh hay những xáo trộn trong nội tâm. Suy cho cùng thì đây cũng là kết quả tất yếu của việc thực hành nhẫn nhục, vì những yếu tố thường gây ra sự xáo trộn trong tâm ta đều đã bị khắc chế, vô hiệu hóa; còn những ảnh hưởng từ ngoại cảnh thì càng không thể tác động đến ta khi ta đã có sự thực hành nhẫn nhục.

Khi những tâm niệm tham lam, sân hận đều được chuyển hóa, không còn là những yếu tố thường xuyên thôi thúc trong lòng ta, thì điều chắc chắn là ta sẽ đạt được một nội tâm an định, vững chãi hơn đối với những biến động trong đời sống. Mặt khác, do có thể an nhiên chấp nhận mọi sự việc theo cách như chúng đang xảy ra, nên dù cho sự việc bên ngoài có trở nên tồi tệ đến đâu cũng không thể làm cho ta xao động, bối rối. Sự kiên định, vững chãi này vừa là kết quả của sự thực hành nhẫn nhục, vừa là yếu tố thuận lợi giúp cho sự tu tập phát triển hạnh nhẫn nhục đến những mức độ sâu xa hơn nữa.

Ngoài những đức tính vừa kể trên, còn có rất nhiều điểm tốt đẹp, hoàn thiện khác nữa mà chúng ta có thể dễ dàng nhận thấy nơi một người tu tập thành tựu hạnh nhẫn nhục. Đó là vì như đã nói, hạnh nhẫn nhục chính là nền tảng giúp ta đạt đến vô số những điều lành khác nữa.

Điều cuối cùng tôi muốn nói ở đây là, người thực hành nhẫn nhục hoàn toàn không có nghĩa là chỉ biết chấp nhận sự việc. Nhẫn nhục là giải pháp hoàn hảo nhất giúp ta đối phó với sự việc đã thực sự xảy ra, khi không còn cách nào để ngăn chặn hoặc thay đổi. Nhưng trước khi một sự việc xảy ra, chúng ta vẫn có thể nỗ lực tích cực để ngăn ngừa, làm thay đổi theo hướng tốt đẹp hơn. Những nỗ lực tích cực này thuộc về các pháp tu khác mà chúng ta chưa có điều kiện trình bày ở đây, chẳng hạn như việc thực hành *bố thí*, *trì giới*, *thiền định*, *tinh tấn* và *trí tuệ*.

Cùng với pháp *nhẫn nhục*, các pháp vừa nói được nêu ra trong sáu pháp *ba-la-mật* mà đức Phật đã chỉ dạy. Trong khi việc thực hành nhẫn nhục giúp ta hóa giải mọi sự việc đã xảy ra, thì các pháp tu còn lại đều là những biện pháp vô cùng tích cực để ngăn ngừa và chuyển hóa mọi sự việc trong đời sống theo hướng tốt đẹp hơn ngay từ khi chúng còn chưa thực sự định hình. Hy vọng trong một dịp khác chúng ta sẽ có thể cùng nhau tìm hiểu những pháp tu này.

MỤC LỤC

Lời thưa

Trong kinh Pháp Cú, đức Phật dạy rằng: "Pháp thí thắng mọi thí." Thực hành Pháp thí là chia sẻ, truyền rộng lời Phật dạy đến với mọi người. Mỗi người Phật tử đều có thể tùy theo khả năng để thực hành Pháp thí bằng những cách thức như sau:

1. Cố gắng học hiểu và thực hành những lời Phật dạy. Tự mình học hiểu càng sâu rộng thì việc chia sẻ, bố thí Pháp càng có hiệu quả lớn lao hơn. Nên nhớ rằng **việc đọc sách còn quan trọng hơn cả việc mua sách**.

2. Phải trân quý kinh điển, sách vở in ấn lời Phật dạy. Khi có điều kiện thì mua, thỉnh về nhà để tự mình và người trong gia đình đều có điều kiện học hỏi làm theo. Không nên giữ làm của riêng mà phải sẵn lòng chia sẻ, truyền rộng, khuyến khích nhiều người khác cùng đọc và học theo. Không nên để kinh sách nằm yên đóng bụi trên kệ sách, vì **kinh sách không có người đọc thì không thể mang lại lợi ích**.

3. Tùy theo khả năng mà đóng góp tài vật, công sức để hỗ trợ cho những người làm công việc biên soạn, dịch thuật, in ấn, lưu hành kinh sách, **để ngày càng có thêm nhiều kinh sách quý được in ấn, lưu hành**.

Thông thường, việc chi tiêu một số tiền nhỏ không thể mang lại lợi ích lớn, nhưng nếu sử dụng vào việc giúp lưu hành kinh sách thì lợi ích sẽ lớn lao không thể suy lường. Đó là vì đã giúp cho nhiều người có thể hiểu và làm theo lời Phật dạy. Mong sao quý Phật tử khắp nơi đều lưu tâm đóng góp sức mình vào những việc như trên.

TINH YẾU THỰC HÀNH PHÁP THÍ

- Mua thỉnh kinh sách về đọc, tự mình sẽ được rất nhiều lợi ích.

- Chia sẻ, truyền rộng bằng cách cho mượn, biếu tặng kinh sách đến nhiều người thì lợi ích ấy càng tăng thêm gấp nhiều lần.

- Đóng góp công sức, tài vật để hỗ trợ công việc biên soạn, dịch thuật, giảng giải, in ấn, lưu hành kinh sách thì công đức lớn lao không thể suy lường, vì có vô số người sẽ được lợi ích từ việc lưu hành kinh sách.

www.ingramcontent.com/pod-product-compliance
Lightning Source LLC
LaVergne TN
LVHW101950220826
846093LV00006B/168